Printed by
V. VENKATESWARA SASTRULU
of V. RAMASWAMY SASTRULU & SONS
at the 'Vavilla' Press,
Madras.—1942.

Printed by
V. VENKATESWARA SASTRULU
of V. RAMASWAMY SASTRULU & SONS
at the 'Vavilla' Press,
Madras.—1942.

ఇందలియితివృత్తము శ్రీమహాభారతమునుండి గ్రహింపఁబడినది. అర్జునుఁడు బ్రాహ్మణగోసంరక్షణార్థమై విలునమ్ములుఁ గొన ధర్మరాజునంతగిపురంబుఁ జొచ్చి సమయభంగంబుఁ గావించుటయుఁ, దన్నివారణార్థమై భూప్రదక్షిణ మొనర్ప నగ్రజునసుజ్ఞఁ గొని బయలుదేఱుటయు, మార్గమధ్యంబున నులూపి యనునాగకన్యకచే వరింపఁబడుటయు, నటమీఁదఁ బాండ్యదేశాధీశుం డగుమలయధ్వజమహారాజుచే సంమానితుండై తదీయనందనయగుచిత్రాంగదను వివాహమాడుటయు, నచ్చటనుండి శ్రీకృష్ణునిచెల్లె లగుసుభద్రను వివాహమాడు తలంపున యతివేషముతో ద్వారకాపురంబుఁ జేరుటయుఁ, గృష్ణానుమతిచే దేవకీ వసుదేవు లాసంగ బలరామునికిఁ దెలియకుండ సుభద్రను వివాహమై ద్వారకాపురంబు వెడలి త్రోవ నడ్డగించుయాదవసైన్యంబుల గెల్చి యింద్రప్రస్థంబుఁ జేరి సహోదరబంధుమిత్త్రసమాదరణముం బొందుటయు, సుభద్రయందుఁ బుత్త్రరత్నం బగునభిమన్యుఁ గాంచుటయు మొదలుగాఁగల విషయంబు లిం దతిమనోహరములుగ నభివర్ణింపఁబడియున్నవి.

తండియార్పేట,
చెన్నపురి.

వావిళ్ల. వేంకటేశ్వరులు.

ఇందలియితివృత్తము శ్రీమహాభారతమునుండి గ్రహింపఁ బడినది. అర్జునుఁడు బ్రాహ్మణగోసంరక్షణార్థమై విలునమ్ములుఁ గొన ధర్మరాజునంతఃపురంబుఁ జొచ్చి సమయభంగంబుఁ గావించుటయుఁ, దన్నివారణార్థమై భూప్రదక్షిణ మొనర్ప నగ్రజునసుజ్ఞఁ గొని బయలుదేఱుటయు, మార్గమధ్యంబున నులూపి యనునాగకన్యకచే వరింపఁబడుటయు, నటమీఁదఁ బాండ్యదేశాధీశుం డగుమలయధ్వజమహారాజుచే సంమానితుండై తదీయనందనయగుచిత్రాంగదను వివాహమాడుటయు, నచ్చటనుండి శ్రీకృష్ణునిచెల్లె లగుసుభద్రను వివాహమాడు తలంపున యతివేషముతో ద్వారకాపురంబుఁ జేరుటయుఁ, గృష్ణానుమతిచే దేవకీ వసుదేవు లాసంగ బలరామునికిఁ దెలియకుండ సుభద్రను వివాహమై ద్వారకాపురంబు వెడలి త్రోవ నడ్డగించుయాదవసైన్యంబుల గెల్చి యింద్రప్రస్థంబుఁ జేరి సహోదరబంధుమిత్రసమాదరణముం బొందుటయు, సుభద్రయందుఁ బుత్త్రరత్నం బగునభిమన్యుఁ గాంచుటయు మొదలుగాఁగల విషయంబు లిం దతిమనోహరములుగ నభివర్ణింపఁబడియున్నవి.

తండియార్పేట,
చెన్నపురి.

వావిళ్ల. వేంకటేశ్వరులు.

గారరసాబ్ధి వేంకటనగస్థిరవాసుఁడు పూర్ణదృష్టి నెం
తే రఘునాథభూరమణదేవు గుణంబుల బ్రోవుఁ బోవుతన్. 3

తే. ధీయుతుఁ డటంచు నలువ దీర్ఘాయు వొసఁగి
కాయు రఘునాథవిభు వజ్రకాయుఁ గాఁగ
వీరవరుఁ డని హరుఁ డత్యుదారకరుణఁ
జేయు నెప్పుడు విజయు నజేయుఁ గాఁగ. 4

మ. మొగుడుందమ్ముల విప్పునప్పుడు రజంబుల్ జక్రవాళంపుఁ
గొం,డగడిన్ దేఁటుగ డైనపట్లఁ దమముల్ మందేహులన్
దోలి వ్రాసి గడల్కాంతఁజేయందు సత్త్వముఁ బ్రకా
శింపన్ ద్రిమూర్త్యాత్మకుం, డగుతేజోనిధి వేడ్కఁ జేయు
రఘునాథాధీశుఁ దేజోనిధిన్. 5

శా. మాద్యద్దంతిముఖార్చనానియమముం బాటించు నెల్ల
ప్పుడున్, సద్యఃపూర్ణఫలాప్తిచే మనుచు నంతర్వాణులన్
మామనో, హృద్యుం డౌ రఘునాథశౌరియని కూర్మి
న్నాటికిన్ బోటికిన్, విద్యాబుద్ధు లొసంగి ప్రోతు రతనిన్
విఘ్నేశుఁడున్ వాణియున్. 6

శా. ప్రాగల్భ్యంబున విష్ణుశంభుమతముల్ పాటించి సర్వంసహా
భాగం బందు సమప్రధానగతి యొప్పన్ రాజలోకంబులోఁ
దా గణ్యుం డని యచ్యుతేంద్రరఘునాథక్షోణిభృన్మౌళికిన్
శ్రీగౌరుల్ సమకూర్తు రాహవజయశ్రీగౌరులన్ నిత్యమున్.

మ. ప్రకటశ్రీహరియంఘ్రిఁ బుట్టి హరుమూర్ధం బెక్కి యాపా
దమ,స్తకముల్ వర్ణన కెక్కుదేవి సహజోదంచత్కులోత్ప
న్ననా,యకరత్నం బని యచ్యుతేంద్రరఘునాథాధీశ్వర

గారరసాబ్ధి వేంకటనగస్థిరవాసుఁడు పూర్ణదృష్టి నెం
తే రఘునాథభూరమణదేవు గుణంబుల ప్రోవుఁ బోవుతన్. 3

తే. ధీయుతుఁ డటంచు నలువ దీర్ఘాయు వొసఁగి
శాయు రఘునాథవిభు వజ్రకాయుఁ గాఁగ
వీరవరుఁ డని హరుఁ డత్యుదారకరుణఁ
జేయు నెప్పుడు విజయు నజేయుఁ గాఁగ. 4

మ. మొగుడుందమ్ముల విప్పునప్పుడు రజంబున్ జక్రవాళంపుఁ
గొం,డగడిన్ దేలుగ డైనపట్లఁ దమమున్ మందేహులన్
దోలి వా,సి గడల్కాంతతయందు సత్త్వముఁ బ్రకా
శింపన్ ద్రిమూర్త్యాత్మకుం, డగుతేజోనిధి వేడ్కఁ జేయు
రఘునాథాధీశుఁ దేజోనిధిన్. 5

శా. మాద్యద్దంతిముఖార్చనానియమముం బాటించు నెల్ల
ప్పుడున్, సద్యగపూర్ణఫలాప్తిచే మనుచు నంతర్వాణులన్
మామనో, హృద్యుం డా రఘునాథశౌరియని కూర్మి
న్నాటికిన్ బోటికిన్, విద్యాబుద్ధు లొసంగి ప్రోతు రతనిన్
విఘ్నేశుఁడున్ వాణియున్. 6

శా. ప్రాగల్భ్యంబున విష్ణుశంభుమతముల్ పాటించి సర్వంసహా
భాగం బందు సమప్రధానగతి యొప్పన్ రాజలోకంబులోఁ
దా గణ్యుం డని యచ్యుతేంద్రరఘునాథక్షోణిభృన్మాళికిన్
శ్రీగౌరుల్ సమకూర్తు రాహవజయశ్రీగౌరులన్ నిత్యమున్.

మ. ప్రకటశ్రీహరియంఘ్రిఁ బుట్టి హరుమూర్ధం బెక్కి యాపా
దమ,స్తకమున్ వర్ణన కెక్కుదేవి సహజోదంచత్కులోత్ప
న్నా,యకరత్నం బని యచ్యుతేంద్రరఘునాథాధీశ్వర

గదా, కలిగిన నీడువత్తు రనఁగాఁ దగు సాహసదానసద్గుణం
బులు ధరయందుఁ బుట్టఁగనె పుట్టినయచ్యుతభూమిజానికిన్.

శా. వీరాగ్రేసరుఁ డర్థిపోషణగుణావిర్భూతభాస్వద్యశో
ధౌరేయుండు మణీతులాదికమహాదానావళుల్ సేయఁ దా
నౌరా మార్గము వెట్టినట్టిఘనుఁ డాహా లోకమం దచ్యుత
క్ష్మారాణ్మౌళి యొనర్చుపుణ్యమహిమల్ శక్యంబె లెక్కింపఁ
గన్. 15

క. ఆపుణ్యఫలంబుననె ద
యాపాథోరాశి యైనయలయచ్యుతభూ
మీపతికిన్ రఘునాథ
క్ష్మాపాలుం డుదయ మయ్యె జైవాతృకుఁ డై. 16

ఉ. పుట్టిన దాదిగాఁ దనదుపుణ్యమె దాదిగ వైరిభూమిభృ
ద్ఘట్టమదంబు దాఁ డిగ సదాదిగధీశనుతప్రతాపుఁ డై
పట్టమహాభిషేకబహుభాగ్యధురంధరుఁ డై యయోధ్య య
న్పట్టణ మేలుసామియొ యనన్ రఘునాథవిభుండు వర్ధిలున్.

మ. రసికుం డౌరఘునాథుకీర్తిసతి యారా తోల్త వాగ్బంధమున్
రసవాదంబును రాజవశ్యవిధి నేరంబోలుఁ గాకున్న వె
క్కసపుం బ్రౌఢి వహించి శేషఫణి మూఁగం జేయఁదారాద్రి
న్నుల్లసము ల్వాల్కఁగ ఛత్రచామరమహాలక్ష్ములన్
శక్యమే. 18

చ. నలువగ నెన్న నైనరఘునాథనృపాలుఁడు గల్గఁగా మహీ
స్థలి నిఖిలైకధర్మములుఁ దామరతంపర లై చెలంగెఁ గో
ల్లలుగ నశేషసజ్జనకులంబు సుఖంబు గనెన్ సమస్తవి
ద్యలుఁ గసటెల్లఁ బాసి మొఱపై వెలవెట్టె సభాంతరంబున్

గదా, కలిగిన నీడువత్తు రనఁగాఁ దగు సాహసదానసద్గుణం
బులు ధరయందుఁ బుట్టఁగనె పుట్టినయచ్యుతభూమిజానికిన్.

శా. వీరాగ్రేసరుఁ డర్థిపోషణగుణావిర్భూతభాస్వద్యశో
ధౌరేయుండు మణీతులాదికమహాదానావళుల్ సేయఁ దా
నౌరా మార్గము వెట్టినట్టిఘనుఁ డాహా లోకమం దచ్యుత
క్ష్మారాణ్మౌళి యొనర్చుపుణ్యమహిమల్ శక్యంబె లెక్కింపఁ
గన్. 15

క. ఆపుణ్యఫలంబున నె ద
యాపాథోరాశి యైనయలయచ్యుతభూ
మీపతికిఁ రఘునాథ
క్ష్మాపాలుం డుదయ మయ్యె జైవాతృకుఁ డై. 16

ఉ. పుట్టిన దాదిగాఁ దనదుపుణ్యమె దాదిగ వైరిభూమిభృ
ద్ఘట్టమదంబు దాఁ దిగ సదాదిగధీశనుతప్రతాపుఁ డై
పట్టమహాభిషేకబహుభాగ్యధురంధరుఁ డై యయోధ్య య
న్పట్టణ మేలుసామియొ యనన్ రఘునాథవిభుండు వర్ధిలున్.

మ. రసికుం డౌ రఘునాథుకీర్తిసతి యారా తోల్త వాగ్బంధమున్
రసవాదంబును రాజవశ్యవిధి నేరంబోలుఁ గాకున్న వె
క్కసపుం బ్రౌఢి వహించి శేషఫణి మూఁగం జేయఁ దారాద్రి
న్నుల్లసము ల్వాల్కఁగ ఛత్త్రచామరమహాలక్ష్ములన్
శక్యమే. 18

చ. నలువగ నెన్న నైనరఘునాథనృపాలుఁడు గల్గఁగా మహీ
స్థలి నిఖిలైకధర్మములుఁ దామరతంపర లై చెలంగెఁ గో
ల్లలుగ నశేషసజ్జనకులంబు సుఖంబు గనెన్ సమస్తవి
ద్యలుఁ గసటొల్లఁ బాసి మొఱపై వెలవెట్టె సభాంతరంబున్

జికిలిబంగరుదిండ్ల పికిలికుచ్చులయంద
లం బెక్క నేరాజు లక్షసేయఁ
గనకమయంబుగాఁ గట్టించె నేరాజు
సాటి లేనినగళ్లు కోటి సేయఁ
గంఠమాలిక మొదల్ గాఁ బెట్టె నేరాజు
గొప్పసొమ్ములు పదికోట్లు సేయ
తే. నతఁడు విభుమాత్రుఁడే బహుళాగ్రహార
నిత్యసత్త్రమహాదాననికరపోషి
తాహిమాచలసేతుద్విజాభిగీర్ణ
పుణ్యవిభవుండు రఘునాథభూవిభుండు. 23

చ. త్రికరణశుద్ధి నచ్యుతుని శ్రీరఘునాథనృపాలువైఖరిన్
సకలమహీసురావళికి సత్త్రము లెప్పుడు బెట్టలేఁడ కా
యొకదొరయందు లెక్క విని యొక్కొకనాఁటికె యింత
రొక్క మింతకుఁ దెగసాగెనా యనక తా ముద మందినఁ
జాలు నెమ్మదిన్. 24

సీ. అడుగుమాత్రమె కాక యంతకెక్కుడుగ నీఁ
జాలెనే యల బలిచక్రవర్తి
యావేళ కటుదోఁచినంతమాత్రమె కాక
కోర్కె కెచ్చిచ్చెనే యర్కసూతి
తూఁగినమాత్రమిత్తునని గా కిచ్చ వ
చ్చినది కొమ్మనియెనే శిబివిభుండు
కలమాత్ర మపు డిచ్చెఁ గాక కట్టడ గాఁగ
ననిశంబు నిచ్చెనే యమృతకరుఁడు

జికిలిబంగరుదిండ్ల పికిలికుచ్చులయంద
లం బెక్కె నేరాజు లక్షసేయఁ
గనకమయంబుగాఁ గట్టించె నేరాజు
సాటి లేనినగళ్లు కోటి సేయఁ
గంఠమాలిక మొదల్ గాఁ బెట్టె నేరాజు
గొప్పసొమ్ములు పదికోట్లు సేయ
తే. నతఁడు విభుమాత్రుఁడే బహుళాగ్రహార
నిత్యసత్రమహాదాననికరపోషి
తాహిమాచలసేతుద్విజాభిగీర్ణ
పుణ్యవిభవుండు రఘునాథభూవిభుండు. 23

చ. త్రికరణశుద్ధి నచ్యుతుని శ్రీరఘునాథనృపాలువైఖరిఁ
సకలమహీసురావళికి సత్త్రముఁ లెప్పుడు బెట్టలేఁడ కా
యొకదొరయందు లెక్క విని యొక్కొకనాఁటికె యింత
రొక్క మింతకుఁ దెగసాగెనా యనక తా ముద మందినఁ
జాలు నెమ్మదిన్. 24

సీ. అడుగుమాత్ర మెకాక యంతకెక్కుడుగ నీఁ
జాలెనే యల బలిచక్రవర్తి
యాంవేళ కటుదోఁచినంతమాత్ర మెకాక
కోర్కె కెచ్చిచ్చెనే యర్కసూతి
తూఁగినమాత్ర మిత్తునని గా కిచ్చె వ
చ్చినది కొమ్మనియె నే శిబివిభుండు
కలమాత్ర మపు డిచ్చెఁ గాక కట్టడ గాఁగ
ననిశంబు నిచ్చెనే యమృతకరుఁడు

మేటియుఁ గీర్తిలోలుఁడుఁ జుమీ రఘునాథనృపాలుఁ
డిమ్మహిన్. 28

వ. అని రఘునాథమహీకాంతు ననంత శోభనగుణమ్ములలోనఁ
గొన్ని యభివర్ణించి. 29

తే. నన్ను నడిపినబహుళసన్మాన మెంచి
యఖిలవిద్యావిశారదుఁ డగుటఁ గాంచి
యవని నింతటిరాజెవ్వఁ డని నుతించి
కృతు లొసఁగఁ గీర్తికలదని మతిఁ దలంచి. 30

ఉ. తా రసపుష్టిమైఁ బ్రతిపదంబున జాతియు వార్తయుం జమ
త్కారము నర్థగౌరవముఁ గల్గున నేకకృతుల్ ప్రసన్నగం
భీరగతిం రచించి మహి మించినచో నిఁక శక్తు లెవ్వ ర
య్యా రఘునాథభూపరసికాగ్రణికిం జెవి సోఁకఁ జెప్పఁగన్.

మ. కలిగెం గాఁ దనసమ్ముఖం బనియొ సత్కారంబు త్వాఁ జేయ
నా, తల నెందే శిరసా వహింతు రనియుం దాఁ గాక లే
దెందు సా,ధులకుం దిక్కనియుం దయం మనుపురీతు ల్గాక
శక్యంబె వి,ద్యల మెప్పింపఁగ నచ్యుతేంద్రరఘునాథస్వామి
నెవ్వారికిన్. 32

చ. అని గణియించి రైనను గుణాంశ మొకించుక కల్గినం బళా
యను నదిగాక మిక్కిలి నిజాశ్రితపక్షము గల్గు సత్కృపా
ఖని యణుమాత్ర మైన నొక కానుకఁ దెచ్చినఁ గొండగాఁ
గనుం, మనమున నచ్యుతేంద్రరఘునాథుఁడె శ్రీరఘునాథుఁ
డెన్నఁగన్. 33

క. కావున నే నొనరించిన
యీవిజయవిలాస మనెడి కృతిరత్నంబుం

మేటియుఁ గీర్తిలోలుఁడుఁ జుమీ రఘునాథనృపాలుఁ
డిమ్మహిన్. 28

వ. అని రఘునాథమహీకాంతు ననంత శోభనగుణమ్ములలోనఁ
గొన్ని యభివర్ణించి. 29

తే. నన్ను నడిపినబహుళసన్మాన మెంచి
యఖిలవిద్యావిశారదుఁ డగుటఁ గాంచి
యవని నింతటిరాజెవ్వఁ డని నుతించి
కృతు లొసఁగఁ గీర్తికలదని మతిఁ దలంచి. 30

ఉ. తా రసపుష్టిమైఁ బ్రతిపదంబున జాతియు వార్తయుఁ జమ
త్కారము నర్థగౌరవముఁ గల్గుననేకకృతుల్ ప్రసన్నగం
భీరగతిఁ రచించి మహి మించినచో నిఁక శక్తు లెవ్వ ర
య్యా రఘునాథభూపరసికాగ్రణికిఁ జెవి సోఁకఁ జెప్పఁగన్.

మ. కలిగెం గాఁ దనసమ్ముఖం బనియొ సత్కారంబు త్యాఁ జేయ
నా, తల నెందే శిరసా వహింతు రనియుం దాఁ గాక లే
దెందు సా,ధులకుం దిక్కనియుం దయఁ మనుపురీతు ల్గాక
శక్యంబె వి,ద్యల మెప్పింపఁగ నచ్యుతేంద్రరఘునాథస్వామి
నెవ్వారికిన్. 32

చ. అని గణియించి రైనను గుణాంశ మొకించుక కల్గినం బళా
యను నదిగాక మిక్కిలి నిజాశ్రితపక్షము గల్గు సత్కృపా
ఖని యణుమాత్ర మైన నొక కానుకఁ దెచ్చినఁ గొండగాఁ
గనుఁ, మనమున నచ్యుతేంద్రరఘునాథుఁడె శ్రీరఘునాథుఁ
డెన్నఁగన్. 33

క. కావున నే నొనరించిన
యీవిజయవిలాస మనెడి కృతిరత్నంబుఁ

జాల నలంకృతిం బొసఁగుసత్కృతి కానుక చేసి కీర్తి భూ
శ్రీలలితాంగులన్ వలనఁ జేసినశ్రీరఘునాథశౌరికిన్. 38

ఉ. శ్రీరసభావముల్ వెలయఁ జెప్పి ప్రబంధము లెన్ని యేనిమీ
పేరిట నంకితం బిడిన బిడ్డల నెందఱఁ బేరుపెట్టినన్
తీరునె మీఋణం బయినఁ దెచ్చితిఁ గాన్క పరిగ్రహింపు మ
య్యా రఘునాథభూపరసికాగ్రణి మామకకావ్యకన్యకన్.

సీ. ఘోటక ఖుర పుట క్షుణ్ణ ధరా జాత
పాంసువుపై నుల్లభంబు గాఁగ
భటసింహవిక్రమోద్భటసింహనాదముల్
స్వస్తివాదంబులచంద మొందఁ
బదిదిక్కు లొక్కటఁ బగిలి బీఁటలువాఱ
భేరీనినాదముల్ బూరటిల్ల
విజయసమారబ్ధ వేళ కౌతుకమున
మొగమున గరువంపుమురువు దోఁప

తే. నౌర పెండ్లికి నేఁగిన ట్లనికి నేఁగి
యక్షతంత్రంబు లివి యేటిలక్ష్య మనుచు
రేక మోవక గెల్చుట నీకె చెల్లు
సమరనిశ్శంక రఘునాథ సాహసాంక. 40

సీ. ఎంచి రంటివి గాని యీసారి గట్టిగాఁ
దెగుఁ గార్య మనువార్తఁ దెలుపవైతి
మించి రంటివి గాని మేదిని యదరంగ
నడిచె సైన్యం బని నుడువ వైతి
వంటి రంటివి గాని యాభీలతరభటో
ద్భటసంగరం బని పలుక వైతి

జాల నలంకృతిం బోసఁగుసత్కృతి కానుక చేసి కీర్తి భూ
శ్రీలలితాంగుల౯ వలనఁ జేసినశ్రీరఘునాథశౌరికిన్. 38

ఉ. శ్రీరసభావముల్ వెలయఁ జెప్పి ప్రబంధము లెన్ని యేనిమీ
పేరిట నంకితం బిడిన బిడ్డల నెందఱిఁ బేరుపెట్టిన౯
వీరనె మీఋణం బయినఁ దెచ్చితిఁ గాన్క పరిగ్రహింపు మ
య్యా రఘునాథభూపరసికాగ్రణి మామకకావ్యకన్యకన్.

సీ. ఘోటక ఖుర పుట క్షుణ్ణ ధరా జాత
  పాంసువుపై నుల్లభంబు గాఁగ
భటసింహవిక్రమోద్భటసింహనాదముల్
  స్వస్తివాదంబులచంద మొందఁ
బదిదిక్కు లోక్కటఁ బగిలి బీఁటలువాఱ
  భేరీనినాదముల్ బూరటిల్ల
విజయసమారబ్ధ వేళ కౌతుకమున
  మొగమున గరువంపుమురువు దోఁప

తే. నౌర పెండ్లికి నేఁగిన ట్లనికి నేఁగి
యక్షతంత్రంబు లివి యేటిలెక్క మనుచు
లేక మోవక గెల్చుట నీకె చెల్లు
సమరనిశ్శంక రఘునాథ సాహసాంక. 40

సీ. ఎంచి రంటివి గాని యీసారి గట్టిగాఁ
  దెగుఁ గార్య మనువార్తఁ దెలుపవైతి
మించి రంటివి గాని మేదిని యదరంగ
  నడిచె సైన్యం బని నుడువవైతి
వంటి రంటివి గాని యాభీలతరభటో
  ద్భటసంగరం బని పలుకవైతి

హరిణి బంగరుమేడ నరవిరిసెజ్జలు
నిర్మించు టాకకొంత నిలుక డయ్యె
తే. మబ్బుగొబ్బున నీశౌర్యమహిమ వినక
తెగువతోడుత నెదిరించి తిరిగి విఱిగి
పాఱిపోయినమన్నీలపాటు సూచి
సమరనిశ్శంకరఘునాథ సాహసాంక.

సీ. అతులభూరిప్రతాపార్కదీధితిచేత
గట్టిగాఁ గాఁకలు పుట్టు పిదప
ఘోరారిగళరక్తధారాళవృష్టిచే
నాని దుక్కికిఁ బద నైనపిదప
హయదట్ట ఖుర పుటహల్యాముఖంబున
నంతట దున్నినయట్టిపిదప
మొలచిననీకీర్తి మొలకలు తఱుచుగా
వెదపెట్టి పైరు గావించుపిదపఁ
తే. గాపు నిలుపవె బేతాళగణము నెల్ల
నట్టిపట్టుల కరిగి నీ వరుల నోడె
పాటు చేసితి వనుట యేపాటి తలఁప
సమరనిశ్శంకరఘునాథ సాహసాంక.

సీ. ఒకరు వోయినదెస కొకరు వోవక పాఱి
నరివీరులకు వాహగరిమ మించె
గడగడ వడఁకి న ల్గడల కేఁగక భీతిఁ
జెందినవారిపైఁ జెమట పుట్టె
మున్నాడి యెలగోలు మూఁకలఁ బోట్లాడు
పరులపైఁ బాటలప్రభలు మీఱెఁ

జేగ దెచ్చుక కొంత సిగ్గున నెదిరించు
రాజులయొప్పు బీరము దొలంగెఁ

తే. దెగువతోడుత ధరియించి తీవ్రకోప
భరితరూక్షాక్షినియమితప్రభలపేర
నీవు ఘర్మార్కవిస్ఫూర్తి నెఱపునపుడు
43 సమరనిశ్శంక రఘునాథసాహసాంక. 45

సీ. తలలు వీడఁగఁబాఱు ధరణీశ్వరులఁ జూచి
యంటి వెన్నాడనియట్టిమహిమ
పడినయేనుంగులప్రక్కల కొదిగిన
రాజులఁ జూడనిరాజసంబు
జళిపించుచంద్రహాసములు పాఱఁగ వైచి
మ్రొక్కువారలమీఁద మొనపుకరుణ
నెత్తురు గనుపట్టి హత్తినభీతిచేఁ
గలవరించినవారిఁ గాచుగరిమ

తే. మెన్నఁ దనమీఁద బలముతో నెనసి మొనసి
విఱుగురాణువఁ బొమ్మను వీరవరుని
44 కీర్తి గంటిమి జగదేకకీర్తనీయ
సమరనిశ్శంకరఘునాథ సాహసాంక. 46

క. అని విన్నవింపఁ జిత్తము
ననలొత్తఁ బరిగ్రహించి నాపై నింతిం
తనరానివత్సలత్వము
కనిపింపఁగ హర్షభరవికస్వరముఖుఁ డై. 47

తే. కల నయిన మిమ్ము గా కన్యుఁ గొలువ నంటి
కృతు లొకరి కీను మీకె యంకితము లంటి
పలికినప్రతిజ్ఞ చెల్లింప వలదె యిట్లు
వాఙ్నియమరూఢి నీయంత వాఁ డెకేఁడి.

క. వాసించుఁ గవిత చెప్పిన
వీసర వో వాకట భక్తివిశ్వాసంబుల్
నీసొమ్ములు సామాన్యుఁడ
వే సూర్యవరప్రసాది విజ్జగ మెఱుఁగన్.

క. ప్రతిపద్యమునందుఁ జమ
త్కృతి గలుగం జెప్పనేర్తు వెల్లెడ బెళు కౌ
కృతి వింటి మపారము గా
క్షితిలో నీమార్గ మెవరికిన్ రాదు సుమీ.

తే. క్షత్త్రధర్మమ్మెకద నీకుఁ గలది మొదలఁ
దమ్ములు సుతుల్ హితులు గూడ మమ్ముఁ గొలిచి
తిపుడు కృతియును జెప్పి మా కిం పొనర్చి
తొకటఁ గా వన్నిటను బ్రయోజకుఁడ వీవు.

తే. అని సుధామధురోక్తుల నాదరించి
మంజులపదార్థభూషణాంబరకదంబ
కరి తురంగాది వాహనోత్కరము లిచ్చి
న న్నసాధారణముగ మన్నన యొనర్చె.

చ. అభినవభోజరాజబిరుదాంకుఁడు శ్రీరఘునాథశౌరికిన్
శుభమతి నేలినందులకు సూడిదచేసితి నౌర మిక్కిలిన్

సభల గణింప మన్నన లొనర్పఁ బ్రబంధము నింతయుత్తమ
ప్రభునకు నంకితం బొనరుపం గలిగెం గద యంచు వేడుకన్.

ఉ. ఆనతి యిచ్చెనా యది శిలాక్షర మెవ్వని నేని మెచ్చెనా
వానిఁ గృతార్థుఁ జేయుఁ బగవాఁ డయినన్ శరణంబుఁ
జొచ్చెనా, నూనరునేర మెంచక తనంతటివాని నొనర్చు
నిచ్చెనా, యేనుఁగుపాఁడి యీడు గలదే రఘునాథనృపాల
మౌళికిన్. 54

ఉ. ఎందును విద్యలే యెఱుఁగ రెవ్వ రెఱింగినఁ గొంతమాత్రమే
యందును సాహితీరసమహత్త్వ మెఱుంగ రెఱింగిరేని యా
యంద మెఱుంగలే రెఱిఁగినప్పటికిన్ విని మెచ్చి యీయ రె
న్నం దగు నచ్యుతేంద్రరఘునాథవిభుండె ప్రవీణుఁ డన్నిఁ
టన్. 55

సీ. ఏరాజుభుజశౌర్య మేదులఖానాది
వజ్రీలచెలిమికి వశ్యవిద్య
యేరాజువిక్రమసారంబు విద్వేషి
మహిమపలాయనమంత్రశక్తి
యేరాజువీక్ష సమీహితకర్ణాట
రమనాట్యవిద్యకు రంగభూమి
యేరాజుచరితంబు వారాశివేష్టిత
మేదినీపతులకు మేలుబంతి

తే. యతఁడు చెలువొందుఁ జినచెవ్వయచ్యుతేంద్ర
బహుజననపుణ్యపరిగణ్యఫలనిభాత్మ

పుత్త్రభావప్రమోదసంపూర్ణహృదయ
పంకజాక్షుండు రఘునాథపార్థివుండు.

సీ. సింహాసనము మాట శిథిల మౌటలు విని
  గట్టిగా నిలుపఁ గంకణము గట్టెఁ
గోటిసంఖ్యలు మీఱఁ గూర్చినధనరాశి
  గొల్చువారల కిచ్చెఁ గొల్చువలెనె
తుండీరపాండ్యాది మండలేశ్వరులపై
  దండెత్తి విడిసెనుద్దండమహిమ
నేల యీనినయట్లు నిలిచినవైరులఁ
  బంచబంగాళ మై పాఱఁ దఱిమె

తే. గర్వితారాతిమస్తకఖండనోత్థ
రక్తధారానుషంగాతిరక్తధార
నిజకృపాణికఁ గావేరినీటఁ గడిగె
నిఖిలగుణశాలి రఘునాథనృపతిమౌళి.

సీ. ఘనఘనాఘనముల కాలసంకెలఁ బెట్టు
  పాండ్యుని వెన్నాడి పాఱఁ దఱిమెఁ
దుండీరనాథుండు దురమునఁ బరవంగఁ
  జూచి ప్రాణము దయఁ గాచి విడిచెఁ
గయ్యాన వెనుకఁ ద్రొక్కనిరాజు లెదిరింపఁ
  జేరిన రాజకౌశికులఁ బట్టెఁ
బోరాడఁగా రానివైరులకోటలు
  పంపులచే లగ్గపట్టి తివిచె

తే. నితఁడు సామాన్యుఁడే ధర నెంచి చూడ
56 విజయనిస్సాణరాణనిర్విణ్ణహృదయ
భీతరాజన్యసైన్యనిర్భీతిదాన
బిరుదనిజపాణి రఘునాథ భిదురపాణి. 58

ఉ. ఇచ్చునెడన్ బదార్థ మడి గిచ్చునొ తా దయసేయఁ గా
దనన్, వచ్చునొ మించి యొక్కఁడన వచ్చినఁ దా నది
యిచ్చగించునో, యిచ్చిన నిచ్చెనే సరిగ నెవ్వరిపై దయ
చేసెఁ జేసెనే, యచ్చతురాస్యుఁడుం దెలియఁ డచ్యుత
శ్రీరఘునాథుచిత్తమున్. 59

షష్ఠ్యంతములు.

క. ఏతాదృగ్గుణ ఖనికిన్
సీతాదృఙ్మోహ నాంఘ్రి సేవాధనికిన్
శా తాసి కలిత బాహా
5 న్వీ తాసిక విమత రాజ నిఖిలావనికిన్. 60

క. సాక్షాన్మనోజునకు శ్లో
ద క్షమ రస భావ సుకవితాభోజునకున్
దాక్షిణ్యగణేయునకున్
దక్షిణ సామ్రాజ్య విభవ ధౌరేయునకున్. 61

క. సు స్థిర లక్ష్మీమహిత మ
ణి స్థగిత గృహాంగణునకు నేపాళ నృపా
ల స్థాపనచణునకు సక
లాస్థాన ప్రణుత వరగుణాభరణునకున్. 62

వి జ య వి లా స ము

కీర్త్యౌదార్యాధరితా
మర్త్య మహీరుహ సుధాబ్ధి మహికాఘృణికిన్
ధార్త్యవదరి కరి సృణికిన్
మూర్త్యంబాగర్భశుక్తిముక్తామణికిన్. 6

అఘటనఘటనా చాతు
ర్య ఘనోర్జిత కార్య నిర్వహణ ధూర్వహ ధీ
మఘవాచార్యున కచ్యుత
రఘునాథవసుంధరాధిరాడ్వర్యునకున్. 6

అభ్యుదయపరంపరాభివృద్ధిగా నా యొనర్పంబూనిన విజయ
విలాసం బను శృంగార ప్రబంధమ్మునకుఁ గథాక్రమం బె
దనిన నైమిశారణ్యమహర్షులకు రౌమహర్షణి యి ట్ల
చెప్పం దొడంగె. 6

శ్రీరస్తు.

విజయవిలాసము

ప్రథమాశ్వాసము

చంద్ర ప్రస్తర సౌధ ఖేలన పర శ్యామా కుచద్వంద్వ ని
స్తంద్ర ప్రత్యహ లిప్త గంధ కలనా సంతోషిత ద్యోధునీ
సాంద్ర ప్రస్ఫుట హాటకాంబురుహ చంచచ్చంచరీకోత్కరం
బింద్రప్రస్థపురంబు భాసిలు రమాహేలాకళావాస మై. 1

ద్వారక ముద్దుఁజెల్లె లఁట తన్నగరీమణి సృష్టి యన్నిటం
దీరుగ కైనచో నిదియ నేర్పులమే రని యెంచి చేసెఁ బో
ధారుణి విశ్వకర్మ గుఱి దానికి నెక్కడ నీడు లేనిసిం
గారము గల్గు టట్లు వెనుకన్ సృజియింపక యుండు టేసుమీ.

వెండియుఁ బైఁడియుఁ దడఁబడు
చుండుం బురి నెందుఁ జూడ నుండఁగవలయున్
భండారము లై యందఱి
యిండులఁ గైలాస మేరుపృథ్వీధరముల్. 3

తడఁబాటు గలదు వేదముల నాతని కంచుఁ
బరమేష్ఠి మెచ్చరు ధరణిసురులు
కడమాటు పగవానిఁ గని చే మఱచె నంచు
భార్గవు మెచ్చరు బాహుజనులు

పనికి రా కొకమూలఁ బడియె నాతనివస్తు
వని కుబేరుని మెచ్చ రర్థిజనులు
వీటిపా లైన నాఁగేటిపాటున మించు
నని హలాయుధు మెచ్చ రంఘ్రిభవులు
తే. పాడిఁ దప్పక ధర్మంబు పట్టువిడక
లక్షలకు నమ్మఁ జాలి నల్గడల భూమి
వరులు మే లనఁ దగి యిట్లు పురిఁ బొలుతురు
చదువుసాములధనధాన్యసంపదలను. 4

ఉ. నీసరి యైనదేవతటినిం గలఁగించెద నీ వడంపుమా
నాసరి శేషపన్నగఫణానివహంబు నటంచు నప్పురిం
బాసలు సేసికొన్న వన భాసిలు సాలశిఖాళి ఖేయముం
మోసమె యైన విష్ణుపదముం బలిపీఠము ముట్ట నేటికిన్. 5

ఉ. రే లమృతాంశులో శశము రెమ్ముద మంచుఁ దలంచి జాళువా
మేలిపసిండిసోయగపుమేడల గుజ్జెనగూళ్లసందడిన్
బాలిక లుండి యావలఁ జనం గని చింతిలి వంటయింటికుం
దే లిది యొందుఁ బోఁగలదు నేఁటికి నే మని యందు రందు
లన్. 6

ఉ. పున్నమ రేలఁ దత్పురముపొంతనె పో శిఖరాళి దాఁకి వి
చ్ఛిన్నగతిన్ సుధారసము చింది పయిం దిగవాఱ నంతనుం
డిన్నెల సన్నగిల్లు నది నిక్కము గా దని రేని యా పదా
ర్వన్నెపసిండిమేడలకు రాఁ బని యే మిల సౌధనామముల్.

ఉ. వేడుక నప్పురిహరులవేగముఁ గన్గొని లేళ్లు గాడ్పుతోఁ
గూడి చన న్వలెన్ మనము గూడఁగ నోపక యోడినట్టివా
రోడనివారి మోచు టని యొద్దికఁ బందెము వైచి కూడ లే

కోఁటనో కాక మోయఁగఁ బ్రయోజన మే మనిలుం గురం
గముల్. 8

ఉ. చుట్టును గట్టి యుండు నొకచో నెడమించుక లేకయుండఁ ద
త్పట్టణబాహ్యభూముల మదావళమండల మేమి చెప్ప ని
ట్టట్టుఁ దెమల్చ రా కరిభయంకర మై దివితోడ రాయుచుఁ
బెట్టనికోట గాదె గజబృందము లెందును రాజధానికిన్. 9

ఉ. గాళకు లాపురీభటశిఖామణు లెక్కటియుక్కుతున్కలా
భీలతరాశను ల్చిదిమి పెట్టినబంటులు వైరి కెల్ల బే
తాళుఁడు వచ్చి డగ్గఱిన దబ్బర గా దొకదెబ్బ దీయఁగాఁ
జాలుదు రేమి చెప్ప మఱి సాదననేటును సాహసంబులన్.

సీ. ఆరామసీమలయందు నుండి పవళ్లు
ముదమెసంగ వసంతుఁ డెదురుచూచు
మునిమాపుకడలఁ గ్రొన్ననవింటినెఱజోదు
కేళిమందిరముల కెలనఁ జూచుఁ
బ్రొద్దు వోయినవేళ రోహిణీప్రాణేశుఁ
డుదిరిమేఁడల మీఁద వెదకి చూచుఁ
దెలతెలవాఱంగ మలయగంధవహుండు
సోరణగండ్లలోఁ జొచ్చి చూచు

తే. నాపురివిలాసవతులయొయ్యారములకుఁ
గడు సొగసి వారి రాకలు కాచి కాచి
విరహులఁ గలంచువారె యివ్విధము గాఁగ
నున్న వారల నిఁక వేఱె యెన్న నేల. 11

క. మగవానిని మగవాఁడును
మగువను మగువయును వలచు మఱి యే మన న
న్నగరపు రాజకుమారుల
జిగిబిగిసోయగము చెలులసింగారంబుల్. 12

చ. పొలయలు కాని యున్న పువుఁబోణులు ఖండిత నాయికా
లలా,మలు మరి నియ్యకోల్ వలయుమానిను లేటికి వచ్చె
నమ్మ త్రా, బిలువనిపేరఁటం బనుచు బెగ్గిలి నాథులఁ గౌఁగి
లింపఁ గా, బొలుపుగ నందఁ బెండ్లినడుపుల్ నడచుఁగా వలి
నాలితెమ్మెరల్. 13

ఉ. ప్రాయపుగాయకు ల్వేలనెపాన నెగాదిగఁ జూడ నేర్పు లౌ
రా యివి దండ మీఁద కొసరం దొరఁకొంటిరి మంచి
సాములే, పో యటు లైనచో సరసము ల్గద మీ కిపు
డంచు నప్పురిం, గాయజుతూపు లమ్ముదురు కందువమాటలఁ
బుష్పలావికల్. 14

సీ. గొప్పలై మిన్నందుచప్పరా లెక్కి లాఁ
గులు వైచుచోఁ జంద్రకళ లనంగఁ
గనకంబు వర్షించుఘనుల మ్రోల నటించి
మెఱయుచోఁ దొలకరి మెఱపు లనఁగ
మాటికిఁ జూపర మది కాసఁ గొల్పుచోఁ
బ్రతిలేనిబంగారుప్రతిమ లనఁగఁ
గుపితనాథులఁ గూర్మిఁ గొసరుజంకెన నాటఁ
గనుచో మరుశిలీముఖము లనంగఁ

తే. జెలఁగి యింపుగనగఁ బాడఁ జెప్పఁ జదువ
వలవ వలపింప నేర్చినయలరుఁబోండ్లు

విపుల భరత కళాశాస్త్ర నిపుణ లైన
బిరుదుపాత్రలు గలరు తత్పురమునందు. 15

సీ. అతివినోదముగాఁగ రతుల మెప్పించు నీ
పచ్చలకడియాలపద్మగంధి
చక్కెరమోవి విచ్చి చవులఁ దేలించు నీ
ముత్యాలకమ్మలముద్దులాడి
తృణముగా లోఁజేయు నెంతటివాని నీ
నీలాలముంగఱనీలవేణి
వెలలేనిపొందిక విడివడి మెఱయు నీ
కెంపులబొగడలకీరవాణి

తే. యనుచుఁ దమలోన నెఱజాణతనము మీఱ
వారకాంతామణులమేలువార్త లెల్ల
వెన్నెలబయళ్ల గేలి గావించి నగుచు
విటులు విహరింతు రప్పురి వీథులందు. 16

తే. పోఁక మ్రాఁకులమహిమ కప్పురపుటనఁటి
యాకుఁదోఁటలసౌభాగ్య మందె కలదు
ప్రబలుమౌక్తికసౌధసంపదలమహిమ
వీటిరహిఁ మెచ్చవలయుఁబో వేయునోళ్ల. 17

ఉ. ఆణిమెఱుంగుముత్తెపుటొయారపుముగ్గులు రత్నదీపికా
శ్రేణులు ధూపవాసనలు హృద్యనిరంతరవాద్యఘోషముల్
రాణఁ బొసంగఁ బ్రోలు మిగులం గనువిం దొనరించు నిత్యక
ల్యాణముఁ బచ్చతోరణము నై జను లందఱు నుల్లసిల్లగన్.

ఉ. ఆపుర మేలు మేలు బళి యంచుఁ బ్రజల్ జయవెట్టుచుండ
నాజ్ఞా పరిపాలన వ్రతుఁడు శాంతి దయాభరణుండు సత్య

భాషా పరతత్త్వకోవిదుఁడు సాధుజనాదరణుండు దానవి
ద్యా పరతంత్ర మానసుఁడు ధర్మతనూజుఁ డుదగ్ర తేజుఁడై.

శా. దేవ బ్రాహ్మణభక్తిప్రోవు ప్రియవక్తృత్వంబుకాణాచి వి
ద్యావైదుష్యముదిక్కు ధర్మమునకుం దార్కాణ మర్యా
దకుఁ, దా నౌచిత్యము జీవగఱ్ఱ హితశిష్టవ్రాతసంతోషణ
శ్రీవజ్రాంగి యజాతశత్రుఁడు మహీభృన్మాత్రుఁడే చూడఁగన్.

సీ. అవలఁబోయిన వెన్కనాడు టెన్నఁడు లేదు
మొగముముందఱ నంట మొదలె లేదు
మనవి చెప్పినఁ జేయ కునికి యెన్నడు లేదు
కొదవ గా నడుపుట మొదలె లేదు
చన విచ్చి చౌక చేసినది యెన్నఁడు లేదు
పదరి హెచ్చించుట మొదలె లేదు
మెచ్చినచోఁ గొంచె మిచ్చు టెన్నఁడు లేదు
మొకమిచ్చుకపు మెచ్చు మొదలె లేదు

తే. మఱియుఁ దొల్లిటిరాజులమహిమ లెన్న
నితఁడె పో సార్వభౌముఁ డప్రతిముఁ డనఁగఁ
బ్రజలఁ బాలించె సకలదిగ్భాసమాన
కీర్తివిసరుండు పాండవాగ్రేసరుండు. 21

సీ. ఎంత లెస్సగ నున్న నంత వేడుకె కాని
ప్రజలకల్మి కసూయపడుట లేదు
తనుఁ గొల్వవలె నందఱను ప్రియంబే కాని
మానిసి వెగటించు కైన లేదు
నిచ్చ వేఁడిన నర్థి కిచ్చు చిత్తమె కాని
మును పింత యిచ్చితి ననుట లేదు

రేవగల్ ధర్మ మార్జించుదృష్టియె కాని
న్యాయంబు దప్పిననడక లేదు
తే. కలఁడె యిటువంటిరాజు లోకమున నెందు
జలధివలయిత వసుమతీ చక్ర మెల్ల
నేలవలె శాశ్వతముగాఁగ నీఘనుండె
యేల వలె నన్య్ల లన నానృపాలుఁ డలరు. 22
ఉ. కోప మొకింత లేదు బుధకోటికిఁ గొంగుఁబసిండి సత్య మా
రూపము తారతమ్యము లెఱుంగు స్వతంత్రుఁడు నూతన
ప్రియా,టోపము లేనినిశ్చలుఁ డిటుల్ కృతలక్షణుఁ డై
చెలంగఁగా, ద్వాపరలక్షణుం డనఁగ వచ్చునొకో యలధర్మ
నందనున్. 23
క. దుర్జయ విమతాహంకృతి
మార్జన యాచనకదైన్య మర్దన చణ దోః
ఖర్జులు గల రతనికి భీ
మార్జున నకుల సహదేవు లనునను జన్ముల్. 24
క. పంచామరతరులో హరి
పంచాయుధములొ గిరీశుపంచాస్యములో
యంచుఞ సకలజనంబులు
నెంచఞ బాండవులు వెలసి రేవురు ఘను లై. 25
చ. ఒరిమయు భక్తియు న్నెనరు నోర్పుఁ గనంబడఁ బెద్దపిన్న
యం, తరువు లెఱింగి మాట జవదాఁటక చెయ్వుల వేఱు
లేక యొం,డొరులమనమ్ములో మెలఁగుచుండిరి బాండు
కుమారు లెంత నే,ర్పరు లిల నన్నదమ్ములసరాగము వార
లదే సుమీ యనన్. 26

ఉ. అన్నలపట్లఁ దమ్ములయెడాటమునన్ సముఁడంచు నెన్నఁగా
నెన్నిక గన్నమేటి యెదు రెక్కడ లేక నృపాలకోటిలో
వన్నెయు వాసియుం గలిగి వర్తిలు పౌరుషశాలి సాత్త్వికుల్
తన్ను నుతింపఁగాఁ దనరు ధార్మికుఁ డర్జునుఁ డొప్పు నెంత
యున్. 27

చ. అతని నుతింప శక్యమె జయంతునితమ్ముడు సోయగంబునన్
బతగకులాధిపధ్వజుని ప్రాణసఖుండు కృపారసంబునన్
క్షితిధరకన్యకాధిపతికిన్ బ్రతిజోదు సమిజ్జయంబునం
దతని కతండె సాటి చతురబ్ధిపరీతమహీతలంబునన్. 28

తే. పాఱఁజూచినఁ బరసేన పాఱఁజూచు
వింటి కొరగిన రిపురాజ వింటి కొరగు
వేయునేటికి నలపాండవేయుసాటి
వీరుఁ డిల లేఁడు ప్రతి రఘువీరుఁ డొకఁడు. 29

క. అతిలోక సమీక జయో
న్నతిచే ధర్మజున కిం పొనర్చుచు వినయా
న్వితుఁడై సమస్తజన స
మ్మతుఁడై నరుఁ డుండె నిటు లమానుషచర్యన్. 30

ఉ. అంతట నొక్కనాఁడు గదుఁ డన్ యదువంశభవుండు రుక్మి
ణీ,కాంతుఁడు కూరిమిన్ బనుపఁగాఁ గుశలం బరయంగ
వచ్చి యే,కాంతపువేళ ద్వారవతియందలివార్తలు దెల్పు
చున్ దటి,త్కాంతిమనోహరాంగు లగు కన్నెల చక్క
దనంబు లెన్నుచున్. 31

పంచచామరము.

కనత్సుభద్రకు న్నమంబు గాఁగ నేమృగీవిలో
కనన్ నిజంబు గాఁగ నేజగంబునందుఁ జూచి కా
కనన్ దదీయ వర్ణనీయ హావ భావ ధీ వయః
కనన్మనోజ్ఞరేఖ లెన్నఁ గాఁ దరంబె గ్రక్కునన్. 32

ఉ. ప్రాయపుఁ డెక్కునన్ జెలువపల్కులు చిల్కల గారవించుఁ
గ,న్దోయి చకోరపాళి దయతోఁ బెనుచుం జనుకట్టు మచ్చి
కల్, సేయు సదా రథాంగయుగళి న్నడ లంచల బుజ్జగించు
నా, నేయెడ నింపు గావు గణియింప నవీనవయో విలాస
ముల్. 33

చ. అతివకుచంబులు న్నెఱుఁగుటారును వేనలియున్ ధరాధిపో
న్నతియు నహీనభూతికలనంబు ఘనాభ్యుదయంబు నిప్పు డొం
దితి మని మాటిమాటికిని నిక్కెడు నీల్గెడు విఱ్ఱవీఁగెడున్
క్షితి నటు గాదె యొక్కొకరికిన్నడుమంత్రపుఁగల్మి కల్గినన్.

సీ. కేళికాసరసిలోఁ దేలి యాడుటఁ జేసి
శైవాలలత కొంత సాటివచ్చుఁ
బుష్పమాలికలతోఁ బొందు సల్పుటఁ జేసి
యెలదేఁటిగమి కొంత యీడు వచ్చుఁ
గంటి కింపగు రేఖ గల్గియుండుటఁ జేసి
మినుకుఁగాటుక కొంత దినుసు వచ్చుఁ
బిఱుఁదునొయ్యారంబు మెఱయుచుండుటఁ జేసి
చమరివాల మొకింతసమమువచ్చుఁ
తే. గాక నీలత్వమున సరి గావు తెలియ
నెఱి గలిగి యొక్క మొత్తమై నిడుద లై ద

శమ్ము లై మెఱుఁగు లై కారుక్రమ్ముచున్న
వికచకమలాక్షి సునుసోగవెండ్రుకలకు. 35

ఆ. నలినలీలసంచు నలినలి గావించు
నించుమించు లాడు నించుమించు
లేమనగవుఁజూపు లేమన నగుబాపు
జగ మెఱుంగు దాని జగమెఱుంగు. 36

చ. జలరుహగంధివీనులపసల్ నవసంఖ్య నదేమి లెక్కనుం
జెలియనఖాంకురాళి నెలచేడియ పైకముఁ దాను జుక్కనుం
బోలఁతుకగబ్బిచన్నుఁగవ పువ్వులచెండ్లను లేదు బంతనుం
గలికిముఖారవింద మలకల్వలరాయనిఁ దోసిరా జనున్. 37

క. అయ్యారే చెలు వెక్కడ
నయ్యారే గెలువఁ జాలు నంగజువారి
న్వొయ్యారములలో సరి లే
రయ్యా రుచిరాంగరుచుల నయ్యంగనకున్. 38

క. కడు హెచ్చు కొప్పు దానిం
గడవం జనుదోయి హెచ్చు కటి యన్నిటికిం
గడు హెచ్చు హెచ్చు లన్నియు
నడుమే పస లేదు గాని నారీమణికిన్. 39

ఉ. అంగము జాళువాపసిఁడి యంగము క్రొన్నెలవంక నెన్నొ
సల్, ముంగురు లింద్రనీలములముంగురు లంగజుఁడాలుఁ
వాలుఁజూ,పుంగవ యేమి చెప్ప నృపపుంగవ ముజ్జగ మేలఁ
జేయు న,య్యంగనఁ బోలు నొక్కసకియం గనఁ బో నెఱిఁ
మించ నన్నిటన్. 40

ఉ. ఎక్కడఁ జెప్పినాఁడఁ దరళేక్షణచక్కఁదనంబు లింక న
మ్మక్క యదే మనంగ నిపు డందు శతాంశము దెల్పలేదు
నే, నొక్కొకయంగ మెంచ వలయుం బదివేలముఖంబు
లాయెఁ బో, చొక్కపుఁజూపులో సొలపుఁ జూచినఁ గాక
యెఱుంగవచ్చునే. 41

చ. అని బహుభంగులం బొగడ నంగన ముంగల నిల్చినట్లుఁ
దాఁ, గనుగొనినట్లు నై నృపశిఖామణి డెందమునందుఁ బట్టఁ
జా,లనియనురక్తి నవ్వరవిలాసిని నెన్నఁడు చూడఁగల్గునో
యని తమకించుచున్న సమయంబున గ్రక్కున దైవికంబునన్.

మ. ఒకభూమీదివిజుండు చోరహృత ధేనూత్తంసుఁడై వేఁడి
కొం,టకుఁ దా ధర్మజుకేళిమందిరముదండం బోయి కోదండ
సా,యకము ల్దెచ్చుటఁ బూర్వక్లప్తసమయన్యాయాను
కూలంబుగా, నొకయేఁ డుర్వి ప్రదక్షిణం బరుగునుద్యో
గంబు వాటిల్లినన్. 43

ఉ. అన్నకు మ్రొక్కి తీర్థభజనార్థముగాఁ బనివిందు నంచుఁ
దా, విన్నప మాచరించుటయు విప్రహితంబునకన్న ధర్మ
మే,మున్నది గోప్రదక్షిణమె యుర్విప్రదక్షిణ మంచు నిట్టు
ర్లే,మన్నను మాన కన్నరుఁడు ప్రార్థన సేయఁగ నెట్టకేలకున్.

చ. తనదుపురోహితుం డయిన ధౌమ్యునితమ్ముని గారవంపునం
దనుని విశారదు న్సకల ధర్మవిశారదు వెంటఁ బోవఁగా
నొనరిచి కొందఱ బరిజనోత్తముల న్నియమించి యాదరం
బెనయ సమస్తవస్తువులు నిచ్చి యుధిష్ఠిరుఁ డంపె వేడుకన్.

చ. పరిణయ మాట కేఁగుగతిఁ బౌరు లనేకులు వెంట రా శుభో
త్తరముగ నయ్యెడం గదలి తద్దయుఁ దాలిమి మీఱ ధర్మ

త్త్వగుఁ డయి యందు నిందు నరపాలుర కొన్క లొసంగ
గా నిరంతరమును బుణ్యతీర్థములఁ దానము లాడుచు
నేఁగియవ్వలన్. 46

భుజంగప్రయాతము.—

సునాసీరసూనుండు సూచె న్నిమజ్జ
జ్జనౌఘోత్పతత్పంక శంకాకరాత్మో
ర్మినిర్మగ్న నీరేజ రేఖోన్నమద్భృం
గనేత్రోత్సవ శ్రీని గంగాభవానిన్. 47

క. సంతోషబాష్పధారలు
దొంతర గాఁ జూచి మ్రొక్కి తోయధివరసీ
మంతిని నాత్రిజగద్ధి
వ్యంతిని భాగీరథీస్రవంతిని బొగడెన్. 48

శా. తా సైరింప కపర్దియుండఁగ భవద్గర్భంబునన్ దాల్చి తే
జోఽసహ్యు న్మరజిత్సుఁ గాంచి యల నీహార క్షమాభృ
త్కుమారీ సాపత్న్యముఁ గన్నమోహపుఁబురంధ్రీరత్న
మా దీవ కా,వే సర్వజ్ఞుఁడు నిన్ను నేల తలపై నెక్కిం
చుకో జాహ్నవీ. 49

క. వెల్లువెగఁ జల్లువిస మా
తెల్లనిదొర కుతిక మోవఁ దిని బ్రతుకుట నీ
చల్లదనంబునఁ గాదే
కల్లోలవతీమతల్లి గంగా తల్లీ. 50

క. పువ్వారుబోఁడి వై సరి
యెవ్వా రన భీష్ముఁ గాంచి యిం పొందితి వీ

వవ్వావి యెఱుఁగుదువె మా
యవ్వా పోషింపఁ బాడి యగు నను నీకున్. 51

వ. సకలశుభంబు లిమ్మనుచు సన్నుతు లీగతిఁ జేయ నా స్రవం
తిక దయఁ దెల్పఁ బంచినగతిం జనుదెంచె నుదంచ దూర్మికా
నికర విలోల ఖేల దళినీ కలగాన లసత్ప్రఫుల్ల హ
ల్లక సుఖడోలికా విహృతి లాలస బాలసమీర మయ్యెడన్.

చనుదెంచిన హో యని య
జ్జననాయకుఁ డలరుచు న్విశారదుఁ గని యీ
యనుకూలమారుతాగతి
గనుగొన నామోదసూచకం బైనది గా. 53

తే. తల నీగంగాతీర్థము
చిలికినవాఁ డీశ్వరుండు చేరెఁడులోఁ గోఁ
గలిగినఁ దరఁగలఁ దేలం
గలిగినఁ దన్మహిమ లెన్నఁగాఁ దర మగునే. 54

మునుకలు గంగానదిలో
నొనరించుటకన్న భాగ్య మున్నదె యనుచు
న్మను కలుగంగా దిగి పరి
జనములు కైలా గొసంగ స్నానోన్ముఖుఁడై. 55

క. తమి నిగుడ గుడాకేశుం
డమరనదీ విమలవారి నాడుచు నుంటన్
యమునానదిఁ గూడిన తో
యము నా నది తనరెఁ దత్కచామేచక మై. 56

ఉ. దానము లెన్నియే నచటి తైర్థికభూసుర సంఘ మెల్ల దెం
దాన ముదంబు చెందఁగ నొనర్చి నృథవ్రతచర్య నిత్యముం

దానము చేయుచుఁ హరికథాశ్రవణం బొనరించు చుండె
నం, దా నముచిద్విషత్తనయుఁ డాశ్రితకల్పమహీరుహం
బనన్. 57

క. భోగవతినుండి యెప్పుడు
భాగీరథికడకు వచ్చి భాసిలు మున్నే
నాగకుమారిక యయ్యెల
నాగ యులూపి తమి నొక్కనాఁ డటఁ జెంతన్. 58

ఆ. హిమరసైకసైకతమునందు విహరించు
కైరవేషువేషు ఘననిభాంగు
నెనరుదవ్వుల దవ్వులనే చూచి క్రీడిగా
నెఱిగి యూరార యూరగేందువదన. 59

క. మును ద్రౌపదీస్వయంవర
మున కేఁగినకామరూపభోగులవలన
న్వాని యున్నకతనఁ దమకము
మనమునఁ బెనఁగొనఁగఁ జేరి మాయాన్వితయై. 60

ఉ. గుట్టసియాడ గబ్బిచనుగుట్టలపైఁ బులకాంకురావళుల్
తెట్టువ గట్టఁ గోరికలు దేటలు వెట్టఁగ వేడుకల్మది
న్దొట్టికొనంగ నచ్చెరువు తొంగలిఱెప్పల వీఁగ నొత్తఁగాఁ
బెట్టిన దండ దీయక విభీతమృగేక్షణ సూచె నాతనిన్. 61

క. ఏణాక్షి నపుడు వెడసిం
గాణిం గొని యలరుఁదూపుగమిఁ జక్కెరయే
ఖాణముగాఁ కలిగినకం
ఖాణపుదొర పింజపింజ గాడఁగ నేసెన్. 62

ఉ. పైపయిఁ గౌతుకంబు దయివాఱి యిటుండఁగ నంత మజ్జనం
బై పువుఁజప్పరమ్మున నొయారముగాఁ గయిసేసి దానలీ
లాపరతంత్రుఁ డై కలకల న్నగుచుండెడిసవ్యసాచి నిం[గన్-
ద్రోపలరోచిఁ జూచి తలయూఁచి *యులూచి రసోచితంబు

క. సిగ సంపెఁగపూ లోసపరి
వగ కస్తురినామ మొఱపు వలెవా టౌరా
సొగ సిటు లుండఁగవలె నని
సొగసి లతాతన్వి యతనిసొగసు నుతించెన్. 64

క. రాకొమరునెఱులు నీలపు
టాకొమరు నిరాకరించు రాకాచంద్రు౯
రాకొట్టు మొగము కెంజిగు
రాకుఁ గని పరాకు సేయు నౌక పదంబుల్. 65

ఉ. తీరిచినట్టు లున్నవి గదే కనుబొమ్మలు కన్ను లంటిమా
చేరలఁ గొల్వఁగావలయుఁ జేతులయందముఁ జెప్ప గిప్ప రా
దూరులు మల్చివేసినటు లున్నవి బాపురె ఱొమ్ములోనిసిం
గారము శేషుఁడే పొగడఁగావలె నీతనిరూపరేఖలన్. 66

క. అకటా నన్నితఁ డేలిన
నొకటా నచ్చికము లేక యుండఁగ వచ్చు
న్నికటామృతధారలు మఱు
ని కటారిమెఱుంగు లీతనికటాక్షంబుల్. 67

ఉ. ఆ దరహాసచంద్రికలయందము నాప్తులమీఁదఁ జిల్కున
త్యాదరశీతలేక్షణసుధారసధారయుఁ జూడఁజూడ నా

* 'ఉలూపి' యని పాఠాంతరము.

హ్లాదము గొల్పఁగాఁ గలకలామహిమంబుఁ దలంచి చూచిన
న్నాదిరి సేయవచ్చు జననాథు మొగంబును జంద్రబింబమున్.

ఉ. ఊఁదుకపోవు శంఖము నహో గళరేఖ శరాసనంబుల
న్నాదుకుఁ బట్టు కన్బొమలవైఖరి చంకలు దీరుచుం గటా
క్షోదయలీల సాయకసమూహములన్విషమాస్త్రుఁ గెల్చుఁబో
యేదొరసాటి యీనరున కెన్నఁగ వీగవిలాససంపదన్.

ఉ. కమ్మనిజాళువా నొరయఁ గల్గినచెక్కులటెక్కువాఁడు చొ
క్కమ్మగుజాతికెంపు వెలగాఁ గొనుమోవి మెఱుంగువాఁడు
సత్యమ్మగురూపసంపద ధనాధిపసూనుని ధిక్కరించినాఁ
డమ్మకచెల్ల నాహృదయ మమ్మక చెల్లదు వీని కియ్యెడన్. 70

సీ. ముద్దాడవలదె యీ మోహనాంగునిమోము
గండచక్కెరమోవి గలఫలంబు
రమియింపవలదె యీ రమణు పేరురముపై
వలిగుబ్బపాలిండ్లు గలఫలంబు
శయనింపవలదె యీ ప్రియునిసందిటిలోనఁ
గప్పుపెన్నెఱికొప్పు గలఫలంబు
వసియింపవలదె యీ రసికునంకమునందుఁ
జెలువంపుజఘనంబు గలఫలంబు

తే. రాజసము తేజరిల్లునీరాజుఁ గూడి
యింపు సొంపులు వెలయఁ గ్రీడింపవలదె
నాకలోకంబువారల కైన లేని
యలఘుతరభోగభాగ్యముల్ గలఫలంబు. 7

క. అని యిటు లువ్విళ్లూరెడు
మనమునఁ గొనియాడి యంత మాపటివేళం

గనుఁ బ్రామి చొక్కుఁ జల్లిన
యనువున నందఱు వితాకులై యుండంగన్. 72

చ. ఇటు జపియించిన స్విడుతునే నిను నే నిఁక నంచు జాహ్నవీ
తటమున సంధ్య వార్చి జపతత్పరుఁ డై తగువాని యామి
నీ, విట కులశేఖరుం గొనుచు వే పురికిం జని నిల్పె నట్టి
యు,న్నటులనె మాయ యచ్చుపడ నల్లభుజంగి నిజాంగ
ణంబునన్. 73

క. నిలిపిన జప మెప్పటివలెఁ
జలిపినవాఁ డగుచుఁ బాకశాసని యంతం
దళుకుంబిసాళివాలుం
దెలిగన్నులు విచ్చి చూచె నివ్వెఱతోడన్. 74

సీ. దట్టంపుఁదెలినీటి తరఁగచాల్కడ కొత్తి
నెలఱాలజగతిఁ దా నిలుచు టేమి
కొలఁకుదామరగందములఁ గ్రిందఁ బడవైచి
కపురంపుఁదావిఁ దాఁ గవియు టేమి
చివురుజొంపపుమావిజీబు మాయము సేసి
పసిఁడి యుప్పరిగఁ దాఁ బ్రబలు టేమి
నిద్దంపుటిసుముతిన్నియపాన్పు దిగఁద్రావి
యలరులపాన్పుఁ దా హత్తు టేమి

తే. మసమసకసంజకెంజాయ మఱుఁగువెట్టి
మిసిమికెంపులకాంతిఁ దా మెఱయు టేమి
మొదల నే గంగతటి నున్న యడియు లేదొ
మాయయో కాక యిది యంచు మరలి చూడ. 75

సీ. బెళుకుఁ గాటుకకంటిసొలపుఁజూపెదలోనఁ
బట్టియుండెడిప్రేమఁ బట్టి యీయఁ
జికిలిబంగరువ్రాఁత జిలుగుటొయ్యారంపుఁ
బైఁట గుబ్బలగుట్టు బైఁట వేయ
సొగసుఁగుచ్చెలనీటు వగలు కన్నులపండు
గలుగ మాయపుఁగౌనుఁ గలుగఁజేయ
నిడుదసోగమెఱుంగుజడకుచ్చు గరువంపుఁ
బిఱుఁదు రేఖకు గెల్పుబిరుదుచాటఁ
తే. గంటసరి నంటుకస్తురికమ్మవలపు
కప్పురపువీడియపుఁదావి గలసి మెలఁగ
నొఱపులకు నెల్ల నొజ్జయైయుండెనపుడు
భుజగగజగామిని మిటారి పొలుపుమీరి 76

క. అటు లున్నకొమరుఁ బ్రాయపుఁ
గుటిలాలకఁ జూచి మదన గుంభిత మాయా
నటనంబో యది గంగా
ఘటనంబో యని విచారఘటనాశయుఁడై. 77

ఉ. తియ్యనివింటివాని వెను తియ్యక డగ్గఱఁ జాలు నయ్యసా
హాయ్యతనూవిలాసి దరహాసము మీసముఁ దీర్ప నప్పుడా
తొయ్యలివంకఁ గన్గొని వధూమణి యెవ్వరిదాన వీవు పే
రెయ్యది నీకు నొంటి వసియింపఁగఁ గారణ మేమి నావుడున్.

ఉ. మేలిపసిండిగాజులసమేళపుఁబచ్చలకీల్కడెంపుడా
కేలు మెఱుంగుగబ్బిచనుఁగ్రేవకుఁ దార్చుచు సోగకన్నులం
దేలగఁ జూచి యోమదవతీనవమన్మథ యీజగంబు పా
తాళము నే నులూపి యను దాన భుజంగమరాజకన్యకన్.

క. సరి లేనివిలాసము గని
వరియింపం జిటం దోడికొనుచు వచ్చితి ని న్నో
కురువీర వసింపంగ నీ
కుఱు వీర దృఢాంకపాళిం గోరినదానన్. 80

ఉ. మం పెసఁగన్ గటాక్షలవమాత్రముచేతనె ముజ్జగంబు మో
హింపఁగఁ జేయుభార మిఁక నీవు వహించితి గానఁ గేళినీ
చంపకగంధి బిత్తరపుఁజన్నులమీఁద సుఖించుచుండు నా
సంపెఁగమొగ్గముల్కిగడ సామరి సోమరి గాక యుండునే.

క. అనునచ్చెలివాక్యంబులు
విని యచ్చెరువొంది రూప విభ్రమరేఖా
ఖను లెందు నాగకన్యలె
యని విందుము నేఁడు నిక్క మయ్యెన్ జూడన్. 82

క. అన్నన్న మొగము వెన్నుని
యన్నన్న జయించుఁ గన్ను లన్న న్నలినా
సన్నములు నడుము మిక్కిలి
సన్నము మాటలు సుధాప్రసన్నము లెన్నన్. 83

ఆ. నువ్వుఁబువ్వు నవ్వు జవ్వనినాసిక
చివురుసవురు జవురు సువిదమోవి
మబ్బునుబ్బు గెబ్బు బిబ్బోకవతివేణి
మెఱపునొఱపు బఱపుఁ దెఱవమేను. 84

క. రవరవలు నెఱపు నీలపు
రవ రవణముతోడఁ జెలి యరాళకచంబుల్
కవకవ నవ్వున్ వలి జ
క్కవకవఁ గలకంఠకంఠికఠినకుచంబుల్. 85

ఉ. చెక్కులయందమున్ మొగముచెల్వముఁ జన్గవనీటు వేణి శ్రీ
రెక్కుడఁ జూడ మన్నిటికి నెక్కువ దే మన సైకతంబుతో
నెక్కటికయ్యముల్ సలుపునిక్కటి యొక్కటి చాలదే మరుం
డక్కఁగొనన్ రతిం గెలిచి డక్కఁగొనన్ నవమోహనాంగికిన్.

చ. అని మది మెచ్చి యొచ్చె మొక యందును లేనిమనోహ
రాంగముల్, గనుఁగొని యానెకా వ్రతము గైకొని
యుండెడినన్ను నేల దోఁడ్కొని యిటఁ దెచ్చె నీ వెడఁగుఁ
గోమలి భూజగ మేడ మారుతాశనజగ మేడ నెంత ఘన
సాహస మింతుల కంచు నెంచుచున్. 87

క. కాముకుఁడఁ గాక వ్రతి నై
భూమిప్రదక్షిణము సేయఁ బోయెడివానిం
గామించి తోడి తేఁ దగ
వా మగువ వివేక మించు కైనన్ వలదా. 88

ఉ. నావుడు మోమునన్ మొలకనవ్వొలయన్ వలిగబ్బిగుబ్బచన్
దీవికిఁగా నటించుక నటించుకవున్ గనిపింపఁ బల్కె రా
జీవదళాక్షి యో రసికశేఖర యో జనరంజనైక లీ [గన్.
లావహరూప యో నుతగుణా తగునా యిటు లాన తీయఁ

క. నిను గీతిసాహితీమో
హనవాణులు చెవులు వట్టి యాడింపంగాఁ
గని యుండి కాముకుఁడఁ గా
నని వల్కిన నాకు వచ్చి కౌనె నృపాలా. 90

క. అతులితవిలాసరేఖా
కృతులన్ వలపించి యిటులఁ ద్రిభువనలీలా

వతుల నలయించు టేనా
వ్రత మనఁగా నీకు రూపవంచితమదనా. 91

చ. తెలియనిదానఁ గాను జగతీవర ద్రౌపదియందు ముందు మీ
రలసమయంబు సేయుట ద్విజార్థము ధర్మజుపాన్పుటింటిముం
గలఁ జని శస్త్రశాల విలు గైకొను టందునిమిత్త మీవు ని
శ్చలమతి భూప్రదక్షిణము సల్పఁగ వచ్చుట నే నెఱుంగు
దున్. 92

తే. చెఱకువిలుకానిబారికి వెఱచి నీదు
మఱుఁగుఁ జేరితిఁ జేపట్టి మనుపు నన్నుఁ
బ్రాణదానంబుకన్నను వ్రతము గలదె
యెఱుఁగవే ధర్మపరుఁడవు నృపకుమార. 93

ఉ. నాయమె నీకు మేల్పడిననాతి నలంచుట యంత్రమత్స్యముల్
మాయఁగఁ జేసి ముల్ ద్రుపదనందన నేలవె యంగభూపతా
కాయతయంత్రమత్స్య మిపు డల్లనఁ ద్రెళ్లఁగ నేసి యేలుకో
తీయఁగఁ బంచదార వెను తీయఁగఁ బల్కు నను ద్వితీయఁ
గన్. 94

క. అనుడు నుడు రాజకులపా
వనుఁడు సమస్తమ్ము నెఱుఁగువలఁతివి గద యీ
యనుచితము దగునె పరసతి
నేనయుట రాజులకు ధర్మమే యహిమమహిళా. 95

చ. అన విని పాఁపపూపజవరా లెదలో వలపాఁప లేక యా
తని తెలిముద్దు నెమ్మొగముఁ దప్పక తేటమిటారి కల్కిచూ
పునఁ దనివారఁ జూచి నృపపుంగవ యన్నిట జాణ వౌర కే
యనవల సంటిగా కెఱుఁగవా యొకమాటనె మర్మకర్మముల్.

ఉ. కన్నియఁ గాని వేఱొకతెఁ గాను మనోహరరూప నీకు నే
జన్నియ వట్టి యుంటి నెలజవ్వన మంతయు నేఁటిదాఁక నా
కన్నులయాన నా వలపుఁగస్తురినామము తోడు నమ్ము కా
దన్నను నీదుమోవి మధురామృత మానిట బాస సేసెదన్.

చ. ఇలపయి మత్స్యయంత్ర మొకయేటున నేసి సమస్తరాజులన్
గెలిచిన మేలువార్త లురగీవరగీతిక లుగ్గడింప వీ
నుల నవి చల్లఁగా విని నినున్ వరియింప మనంబు గల్గి నీ
చెలువము వ్రాసి చూతు నదె చిత్తరువందు ననేకలీలలన్.

ఉ. చెప్పెడి దేమి నావలపు చేసినచేఁతలు కొల్వులోన ని
న్నెప్పుడు గంటి నప్పుడ పయింబడ నీడిచె నిల్వఁ బడ్డ పా
టప్పుడ దెంత గ్గైనఁ గల దట్టిహళాహళి కింత సేపు నీ
వొప్పెడిదాఁకఁ దాళుటక యోమది మెచ్చవుగా నృపాలకా.

తే. అనిన ఫణిజాతి వీ వేను మనుజజాతి
నన్యజాతిఁ బ్రవర్తించు టర్హ మగునె
యేల యీకోర్కి యనిన రాఁచూలి కనియెఁ
జిలువచెలువంపుఁబల్కులఁ జిలువచెలువ. 100

ఉ. ఏ మనఁ బోయెదం దగుల మెంచక నీ విటు లాడఁ దొల్లి శ్రీ
రాముకుమారుఁ డైనకుశరాజు వరింపఁడె మాకుముద్వతిన్
కోమలచారుమూర్తి పురుకుత్సుఁడు నర్మదఁ బెండ్లియాడఁడే
శ్రీమన సొక్కటే కరఁగ నేరదు గాని నృపాలకాగ్రణీ. 101

ఉ. ఈ కలహంసయాన నను నెక్కడి కెక్కడి నుండి తెచ్చె నా
హా కడుదూర మిప్పు డని యక్కునఁ జేర్పక జంపుమాటలన్
వ్యాకులపెట్టు టేల విరహాంబుధి ముంపక పోదు నన్ జలం
బే కద నీకు మంచి దిఁక నీఁతకు మిక్కిలి లోఁతు గల్గునే.

చ. అని వచియించునప్పుడు ముఖాబ్జము నంటెడివిన్నఁబాటు చ
క్కని తెలిసోగకన్నుఁగవఁ గ్రమ్ముచు నుండెడిబాష్పము ల్గళం
బునఁ గనిపించుగద్గదిక ముప్పిరి గొన్వలవంతఁ దెల్ప ని
ట్లను మదిలోఁ గరంగి రసికాగ్రణి యాకరభోరుబోరునన్.

ఉ. చక్కెరబొమ్మ నావ్రతముచందముఁ దెల్పితి నంతె కాక నీ
చక్కఁదనంబుఁ గన్న నిముసం బయిన న్నిలు పోప శక్యమే
యక్కునఁ జేర్ప కంచు దయ నానతి యీఁ దల వంచె నంత
లో,నెక్కడనుండి వచ్చెఁదరళేక్షణకు న్ననుసిగ్గుదొంతరల్.

ఉ. అంకి లెటెంగి యాసరసుఁ డంత వివాహవిధిజ్ఞుఁ డైనమీ
నాంకుఁ డొనర్చినాఁ డిది శుభైకముహూర్తము రమ్మ
టంచుఁ బర్యంకముమీఁద నచ్చెలిఁ గరగ్రహణం బొన
రించెఁ దన్మణీ, కంకణ కింకిణీగణవికస్వరసుస్వరము ల్సెలం
గఁగన్. 105

మ. ఒకమాణిక్యపుబొమ్మ యొట్టివగకీలో జాళువా జాలవ
ల్లిక బాగాల్ కపురంపుటాకుమడుపుల్ వే తెచ్చి రా జున్న
చా,యకు నందీయ నతండు లేనగవుతో నావేళ నావ్యాళిక
న్యక కెంగేల నొసంగి కైకొనియె సయ్యాటంబు వాటిల్లఁ
గన్. 106

ఉ. శయ్యకుఁ దార్పఁగాఁ దుఱుముజాఱెఁ దనంతటఁ జక్కదిద్దఁ
బోఁ, బయ్యెద జాఱె నయ్యదిరిపాటునఁ గ్రక్కన నీవి
జాఱె రా, జయ్యెడ నవ్విలాసినియొయ్యారము జూచి కవుంగి
లించె నా,నెయ్యెడ మేలె చూతురు గ్రహింపరు జాణలు
జాఱుపాటులన్. 107

ఉ. కౌఁగిటఁ జేర్చునప్పటిసుఖంబె లతాంగికిఁ బారవశ్యముం
మూఁగఁగఁ జేసె మోవిపలునొక్కు లురోజనఖాంకముల్
మొదల్, గాఁగలకంతుకేళిసుఖలక్షణముల్ పయిపెచ్చు
లయ్యె న, ట్లాఁగద యెట్టివారలకు నగ్గలపుందమి గల్గి
యుండినన్. 108

చ. చనుఁగవ సాముకండెపుఁబిసాళి యురంబున సారెఁ గాననే
మన సునుపుక్ సుధారసము మాటికిఁ గ్రోలనె చూచుఁ
జొక్కు గీ,ల్కొను సరసోక్తుల న్వినవె కోరు సదా యిటు
లాదిసంగమం,బునవె విభుండు మూఁడువలపుల్ వలచెఁ
ఫణిరాజకన్యకన్. 109

తే. నాగరికముద్రగలమంచిబాగరి యఁట
నాగవాసములో వింత నటనలదఁట
కులుకుగుబ్బలప్రాయంపుఁగోమలి యఁట
వలచి వలపింపదే యెంతవారి నైన. 110

క. ఈగతి రతికేళీసుఖ
సాగరమునఁ దేలియున్నసమయంబునఁ ద
ద్యోగం బెటువంటిదో స
ద్యోగర్భంబున సుపుత్త్రుఁ డొకఁ డుదయించెన్. 111

క. ఆచక్కనిబాలుఁడు వా
క్ప్రాచుర్యముఁ గాంచు నని శుభగ్రహదృష్టుల్
చూచి యిలావంతుం డని
యాచతురుఁడు నామకరణ మలరిచి యంతన్. 112

ఉ. కామినిఁ జూచి రమ్ము గజగామిని యిక్కడ నొక్కనాఁ డికం
దామస మైన నక్కడ హితవ్రతి తైర్థికకోటి యాత్మలో

నే మని యెంచునో యిపుడ యేఁగవలెఁ దరువాత నీసుత
గ్రామణి నీవు వచ్చెదరు గా కని యూఱడిలంగఁ బల్కినన్.

ఉ. అంటినప్రేమ జాహ్నవికి నప్పుడ తోడ్కొని వచ్చి యల్ల
వాల్గంటి నిజేశ్వరుం దనదుగబ్బిచనుంగవఁ జేర్చి బాష్ప
ముల్, కంటఁ దొరంగుచుండఁ దిరుగం దిరుగం గనుఁ
గొంచుఁ గ్రమ్మఱెఁ, జంట దొఱంగి సంజను వెసం జను
జక్కవపెంటియుంబలెన్. 114

ఉ. అంతట రాజు రాకఁ గని యాప్తపురోహిత భృత్య వర్గ మ
త్యంత ముదమ్ము చెంది యిటు లార్తులఁ గాచుట కేమొ
గాక యేకాంతము గాఁగ నేఁగుదురె యంచుఁ దలంచితి
మీరు వచ్చుపర్యంతము మమ్ము మే మెఱుఁగ మందఱ
ప్రాణము లీవ భూవరా. 115

చ. అని పలుకం బ్రసన్నముఖుఁడై విభుఁ డిష్ట సఖు న్విశారదుం
గని యొకవింత వింటె ఫణికన్య యులూపి యనంగ నోర్తు
నన్గొని తమనాగలోకమునకుం జని తన్ను రమించు మంచుఁ
జెప్పని ప్రియ మెల్లఁ జెప్పి యెడఁబా టొనరించి కరంచె
డెందమున్. 116

ఉ. చెప్పెడి దేమి కన్నుఁగవ చేరల కెక్కుడు చంద్రబింబమే
తప్పదు మోము మోవిసవతా చివు రెక్కుడిమాట గొప్పకుం
గొప్పపిఱుందు గబ్బిచనుగుబ్బలు కౌఁగిటి కెచ్చు జాళువా
యొప్పులకుప్ప మేను నడు మున్నదొ లేదొ యెఱుంగ నిం
తకున్. 117

ఉ. చెంగున దాఁటుఁజూపు లిరుచిక్కని బేడిస లేమొ మీటినఁ
గ్రంగన వాఁగుగుబ్బలు చొకారపుఁదాళము లేమొ రూప

మ్రా,నం గన నైనచెక్కిళులు నాణెపుటద్దము లేమొ
చొక్క మ్రా, రంగున మీఱుదానియధరంబును గెంపగు
నేమొ నెచ్చెలీ. 118

ఉ. ఆయెలనాగవేణి మెఱుఁగారుకటారికి మాసటీఁ డగున్
బో యన వచ్చు నమ్మెఱుఁగుఁబోఁడిపిఱుందు సమస్త భూ
మిక్కిన్, రాయ లనంగ వచ్చు నలరాజనిభాస్యయెలుంగు
గట్టివా, కోయిలకంచుకుత్తికలకున్ బయకాఁ డనవచ్చు
నెచ్చెలీ. 119

క. మదిరాక్షీమోవిజిగి ప్రతి
వదనము గావించుఁ గీరవదనముతోడన్
మదనునివిలు గొనవచ్చున్
సుదతీమణికన్ను బొమలసుదతీ రెంచన్. 120

చ. అలజడయందము న్మెఱుఁగుటారుమిటారము నాకు ముం
దుగాఁ, జిలువకొలం బటంచుఁ జెలి చెప్పక తొల్తనె చెప్పెఁ
దత్తనూ, విలసన మెన్నఁ గన్నదియు విన్నది గాదిలలో
లతాంగు ల,ప్పొలఁతుక కాలిగోరులకుఁ బోలరు పోలునో
యేమొ తారకల్. 121

సీ. మరునిగెల్పులకథామహిమమ్ము విలసిల్లు
నొఱపుజిత్తరుతీవి నుల్లసిల్లు
వీనుల కమృతంపుసోన లై వర్తిల్లు
శారికాముఖసూక్తి సందడిల్లుఁ
గస్తూరికాదిసువస్తులఁ బ్రభవిల్లు
పరిమళమ్ములజోకఁ బరిఢవిల్లుఁ

జెప్పఁ జూపఁగ రానిసింగారము ఘటిల్లు
పెక్కుశయ్యలసొంపు పిక్కటిల్లు
తే. వింతహరువులపనులచే విస్తరిల్లు
దివ్యమాణిక్యకాంతులఁ దేజరిల్లు
నందముల కెల్ల నంద మై యతిశయిల్లుఁ
బ్రాఁపజవరాలిబంగారుఁబడకటిల్లు. 122

క. ఆ భోగము తద్వస్తు చ
యాభోగము నెందుఁ గన్నయవి గావు సుమీ
నాభోగపురము సరి యా
నా భోగవతీపురంబు సార్థం బయ్యెన్. 123

ఉ. ఆమదిరాక్షి భోగవతి యన్నదిఁ గ్రుంకఁగఁ జేసి తత్పుర
స్థేముని హాటకేశ్వరు భజింప నొనర్చుటు తోడి తెచ్చి న
న్నీమహి నిల్పి యేఁగె నిదె యిప్పుడె నన్నెడఁ బాయలేని
యా,ప్రేమ మదింత యంత యని పేర్కొనరాదని తెల్పెఁ
దెల్పినన్. 124

ఉ. వాఖరి మించ నిట్టు లను మంత్రిశిఖామణి చోద్య
మయ్యె నా,వైఖరి విన్న నే మనఁగ వచ్చు నహో మను
జేంద్ర చంద్రమ,శ్శేఖర చిల్వరాకొలము చేడియ నొక్కతెఁ
జెప్ప నేల నీ, రేఖఁ గనుంగొన న్వలవరేఖచరీ ముఖ
సుందరీమణుల్. 125

క. అని పలుక నలరి బలరిపు
తనయుం డటఁ గదలి మొదలితైర్థికులును దా
నును మంచుఁగొండ యండకుఁ
జని తచ్ఛిఖరావలోకజనితాదరుఁడై. 126

సీ. పదియాఱువన్నె గుబ్బలిరాచకూఁతురు
పట్టంపురాణిగాఁ బరఁగుజాణ
పతియర్థదేహంబు సతి యంట నిజముగాఁ
బ్రబలు కన్నియఁ గన్న భాగ్యశాలి
ముజ్జగమ్ముఁ బవిత్రముగఁ జేయుతీర్థమ్ముఁ
గోనసాగఁ జేసినయనఘమూర్తి
భూమిధరారాతిచే మొక్కవోవని
యరిదిబిడ్డనిఁ గాంచి నట్టిమేటి

తే. యోషధుల మొలపించినయుత్తముండు
చల్లఁ దనముల కెల్ల దీక్షాగురుండు
సకలమాణిక్యరాశికి జననసీమ
యీనగస్వామి సద్గుణాస్థానభూమి. 1

వ. అని బహుప్రకారమ్ముల హిమగిరిప్రభావమ్ము వక్కాణిం
తత్ప్రదేశంబున శాఖాశిఖోల్లిఖితగ్లావృక్షం బగునగ స్త్యవ
వృక్షంబుఁ గనుంగొని, యచటనికటవిశంకట కటకకమనీగ
మణిశృంగం బగుమణిశృంగంబు గని, యగణ్యపుణ్యాగ
సమర్థంబగు హిరణ్యబిందుతీర్థమ్మునఁ గృతావగాహుండై
గోహిరణ్యధరణ్యాదిదానమ్ము లనేకంబులుగావించి, ప్రా
గమునఁ గలికలితనరశరణ్యంబగు నైమిశారణ్యంబు సొచ్చి
యచటం గోటిగుణితాంగీకృతానతజనతాసమర్పితనారా
ణుండగు బదరీనారాయణుం బూజించి, మనీషిమనీషితఫ
ప్రదానశుచిప్రయాగం బగుప్రయాగంబునకేఁగి, ముము
జనహృదయంగమం బగుత్రివేణీసంగమంబునఁ దానంబుఁ
దానంబులు గావించి, యచ్చట మాధవు నారాధించి, భ

సానుభవభీరుసానుక్రోశం బగుపంచక్రోశంబుఁ బ్రవేశించి,
యభ్యర్ణమణికర్ణ యగుమణికర్ణికం గ్రుంకి, యన్నపూర్ణ
విశాలాక్షీసనాథుఁ గాశీవిశ్వనాథుం దర్శించి, త్రైర్థికసమా
హితసమ్యగయకు గయకుం జని, యచట నుచితకృత్యంబులు
నిర్వర్తించి, పురుషోత్తమక్షేత్రంబునకుం జని, యింద్ర
ద్యుమ్నసరస్సున శిరస్సు మజ్జనంబై నమజ్జనదృక్చకోర
జ్యోత్స్నానాథుని జగన్నాథునిఁ గొలిచి, యాతల గౌత
మీతటినీతోయస్నాతుండై జగన్మోహనమనోజ వశీకరణ
కారణకళాప్రావీణ్యలావణ్యహావభావ ప్రకటనటనరేఖా
శ్లాఘాదూరీకృతరంభోర్వశీరంభోర్వశీతకిరణకిరణనిభవిభా
రంగన్మణిరంగమంటపోజ్జ్వలాసికా కృతలక్షణ లాసికా కృత
లక్షణ కటాక్షవీక్షణసుధారసధారాసేచనకాసేచితాసేచన
కాంగుండై, పాపాటవీవిపాటనపాటవసంసూచనదీక్షారామ
పరమేశ్వరుండగుద్రాక్షారామభీమేశ్వరుం జేరి జోహారులు
నుపహారంబులు సమర్పించి, సంతతానంతకాంతిరంహుం
డగునంతర్వేది నృసింహు సేవించి, యందు భవసాగరతరణి
యగు సాగరసంగమంబునఁ దీర్థంబాడి కృష్ణవేణ్యాదిపుణ్య
తరంగిణుల మునింగి, యుత్తుంగశృంగవిలోకిలోకసాత్కృ
తసుపర్వపర్వతం బగుశ్రీపర్వతంబు లోచనపర్వంబుగాఁ
జూచి ప్రణమిల్లి, మల్లికార్జును సమ్మోదమునఁ బ్రణుతించి
తన్మనోజ్ఞభ్రమరీవిభ్రమరమ్య యగుభ్రమరాంబం బ్రశం
సించి, భక్తశోభనపరంపరాసంపాదకపాదకమలరజోలేశు
నహోబలేశు భజించి, నిజభజనరతజనప్రతిపాదితానశ్వర
పదంబు లగు శ్రీవేంకటేశ్వరపదంబులకు నమస్కృతులు

విస్తరించి, దుస్తరాంహస్తూలికాసందోహదాహదోహ
నిజాహ్వయస్మరణవిస్ఫులింగంబగు శ్రీకాళహస్తిలింగంబు
నంతరంగంబున హర్షతరంగంబు లుప్పొంగం గాంచి, కాం
పురంబున కరిగి, కరిగిరీశ్వరుండై విరాజిలు వరదరాజు
నమ్రజనకమ్రఫలదాయకు నేకామ్రనాయకుం బూజించి
యవ్వలం గావేరికాంతరితకాంతాంతరీపంబున ప్రసన్నరూ
పంబునం బాటిల్లు కోటిహరిత్తురంగధాముని రంగధాము
సేవించి, కుంభఘోణచంపకారణ్యాదిపుణ్యక్షేత్రమ్ము ల
క్షించి దక్షిణనీరాకరవీచికానికరతుందిలమందానిలస్వం
నాతిశీతలసికతాతలవిహితయాతాయాతనిరవధిక పధిక
కాయకాయమానాయమానలవల్యేలావల్లీవేల్లితక్రము
ప్రముఖాఖిలశాఖిశాఖాశిఖాలతాంతరకుహర విహారమా
వివిధగరుద్రథకుల కలకలోద్వేలవేలామనోజ్ఞ మార్గంబు
నపవర్గరమేశ్వరం బగురామేశ్వరంబునకుం బోయి, సేతు
సందర్శనం బొనర్చి, విధూతస్నాతృపంచజనవృజిన
ష్కోటియగు ధనుష్కోటిం గృతస్నానుండై, షా
షూనుం డందులం దులాపురుషాదిమహాదానంబు లా
రించి, రఘువీరభూభుజభుజాదర్పదర్పణం బగురామా
ణంబు పారాయణంబు చేసి, భూసురాశీర్వాదసంపద
బొదలి, యచ్చోటుం గదలి, పదుమూఁడవనెలం బాం
మహీమండలాఖండలుం డగుమలయధ్వజుం డేలుమ
పురంబుఁ జేరం బోవు సమయంబున. 1

సీ. మంగళస్నానసంభ్రమముఁ దెల్పెడిరీతిఁ
గెలనఁ గెందామరకొలనఁ దేలి

ధవళముల్ విని చొక్కుహావణుఁ దెల్పెడులీల
హాళిఁ గోయిలపల్కు లాలకించి
తలఁబ్రాలు వోయుబిత్తరముఁ దెల్పెడుచాయఁ
గ్రొన్నన ల్దోయిళ్లకొలఁది నొసఁగి
బువ్వాన భుజియించుపొల్పుఁ దెల్పెడిజాడ
గుమిఁ గూడికొని మరందములు గ్రోలి

తే. తనకుఁ దోడ్తోడ నగుపెండ్లిఁ గనఁబడంగఁ
జేయునటువలె గారాబుఁ జెలులఁ గూడి
వనవిహారంబు గావించి గనెడుపాండ్య
రాజసుతఁ జూచి యాపాండురాజసుతుఁడు. 129

తే. ఈ వెలందియొడల్ పైఁడిలో వెలంది
యీ నెలంతలలాటంబు లే నెలంత
యీసుపాణిరదశ్రేణియే సుపాణి
యీబిడారు మృగీమదశ్రీబిడారు. 130

క. వాతెఱకు నమృతమే తుల
మేతులకింపులపిసాళి మిసిమికిఁ గ్రొమ్మిం
చే తుల చేతుల కబ్జము
లే తుల లేతుల వెలందు లీచెలి తులయే. 131

క. కన్నెనగుమోముతోడం
బున్నమచందురునిసాటిఁ బోలుప వచ్చు
న్నెన్నుదురుతోడ మార్కొని
మున్నందఱుఁ జూడ రేక మోవక యున్నన్. 132

క. కమలముల నుజ్జగించుం
గుముదంబుల బుజ్జగించుఁ గోమచూపులు పు

న్నమచందమామవెలుఁగుల
కౌమ రంతయుఁ బుణికి పుచ్చుకొనఁ బోలు జుమీ. 133

శా. చెండ్లా గుబ్బలు జాళువాతళుకులా చెక్కిళ్లడాల్ సింగిణీ
విండ్లా కన్బొమ లింద్రనీలమణులా వేణీరుచుల్ తమ్మిరే
కుండ్లా బాహువు లింతచక్కఁదన మెందుం గాన మీ
జవ్వనిం, బెండ్లాడం గలవాఁడు చేసినది సుమ్మీ భాగ్య
మూహింపఁగన్. 134

మ. అని కన్గొంటె విశారదా యనిన నాహా యే మనన్వచ్చు నో
జననాథాగ్రణి యీవినూతనతనూసౌందర్య మీక్షించినన్
దనుఁ దా మెచ్చువిధాతచిత్తమున నీతన్వంగితోఁ బోల్పఁగాఁ
నెన లే దెచ్చటఁ జూడమా తుహినభూభృత్సేతుపర్యంత
మున్. 135

క. మలయధ్వజబాహుజను
స్త్రీలకునిగాఁ రాబుఁబట్టి చిత్రాంగద పే
రలఘుకులశీలగుణములు
గల దీకన్య యని చెప్పఁగా వింటి నృపా. 136

క. అన విని మనమునఁ గోర్కులు
కొనసాగఁగ నీనృపాలకునితో నెయ్యం
బొనరింపవలయు నేఁడి
వ్వని నుండుద మనుచుఁ జొచ్చి వచ్చుచు నుండన్. 137

సీ. పద్మరేఖలఁ బొల్చు బాలికాతిలకంబు
చరణంబు లూఁదిన తెరువుఁ జూచి
మలయధ్వజతనూజకొలువు సేసినజీవ
దంతపుఁజవికెఁజిత్తరువుఁ జూచి

పొన్నగున్నలనీడఁ గన్నెపుప్పొడితిన్నె
మరునిఁ బూజించినహరువుఁ జూచి
కొమ్మ కౌఁగిటఁ జేర్ప గోరంట నంటిన
మొనగుబ్బకస్తూరిమురువుఁ జూచి
తే. యీవనము చేసినది కా యదృష్ట మనుచు
రాజసుతుఁడు చిత్రాంగద మై జవాది
కమ్మతావి గుబాళించుతమ్మికొలని
కెలఁకులకుఁ జేరి యంతంత వలపు మీఱె. 138

మ. తనకుం గౌఁగిలి యీ వొకప్పుడును నాథా నీకరస్పర్శనం
బున గిల్గింత లె యంచుఁ బద్మిని కరాంభోజంబునన్ మందమం
దనటద్వాయుచలద్దళాంగుళులు గన్పట్టంగ నవ్వెల్గురా
యని రారాయనిపిల్చె నాఁదగె ద్విరేఫాద్యంతదీర్ఘధ్వనుల్.

ఉ. నా విని హావభావపరిణామవిదుండు విశారదుం డనున్
దేవరవార లిందు నరుదే శకునమ్ములు మంచి వయ్యె వే
రావలె శోభనోత్సవపరంపర లిప్పుడు చూడుఁ డంచు నె
త్తావులదీవు లై తనరుతామరమొగ్గలు రెం డొసంగినన్.

తే. అదియు నొకశకునంబుగా నధిపుఁ డంది
చేతి కం దిచ్చినట్లనె చేకుఱంగఁ
గలదు వలిగబ్బిగుబ్బెతచెలిమి యనుచు
నాత్మలో నెంచి యాభావ మపనయించి. 141

చ. నెల యుదయించునప్పు డలనీరజముల్ కుముదంబు లౌను
రేల్, గలువలదాయ రాకకుఁ బగల్ కుముదంబులు నీర
జంబు లౌఁ, దలఁపఁగ నింతవింత గలదా యని కంధువ

మాటలాడుచుం, బళిర కిరీటి మీఱెఁ దనప్రౌఢి విశారదుఁ
డెన్నుచుండఁగన్. 142

ఉ. అంగజరాజు పాంథనిచయంబులపై విజయం బొనర్ప నేఁ
గంగ దలంచునంత మును గల్గఁగ దాసులు వట్టుజాళువా
బంగరుటాలవట్టములభంగిఁ గనంబడెఁ బూర్వబశ్చిమో
త్తుంగమహీధరాగ్రములఁ దోయజశాత్రవమిత్రబింబముల్.

క. ఒకమెట్టు తరణి డిగ్గిన
నొకమెట్టు శశాంకుఁ డెక్కు నుర్వీస్థలిలో
నొకరాజు సన్నగిల్లిన
నొకరా జంతంతకు౯ మహోన్నతిఁ గనఁడే. 144

చ. క్షితిపయి వట్టివ్రాఁకులు జిగిర్ప వసంతుఁడు దా రసోపగుం
భితపదవాసనల్ నెఱప మెచ్చక చంద్రుఁడు మిన్నునం బ్రస
న్నతయును సౌకుమార్యముఁ గనంబడ జాల్ గరగంగఁ
జేసె నే, గతి రచియించిరేని సమకాలమువారలు మెచ్చరే
కదా. 145

చ. వెడవిలుకానికిం జెఱకువిల్లును గల్వలకోరి కోరికల్
గడలుకొనంగ నామనియుఁ గల్వలరాయఁడు నిచ్చి మన్ననం
బడయుఁడు వాని కెక్కుడుఁగ మౌర్వ్యాలు తాము ను గాన్క
తెచ్చె నాఁ, బడిబడి గంధలుబ్ధమధుపంబులు రాఁజను దెంచెఁ
దెమ్మెరల్. 146

చ. ఒకచిగురాకుఁ గొమ్మఁ బిక మొక్కప్రసూనలతాగ్రసీమఁ దేం
ట్లొకఫలశాఖ రాచిలుకయు౯ రొద సేయఁగ గాడ్పుపొందు
వ్రాయక పయి వెన్నెలల్ వాలయ నామని సొంపుల నింపు

జొంప మా, నొకయెలమావిక్రింద మరుఁడో యనఁగా
నరుఁ డుండె నయ్యెడన్. 147

క. విధుచకచకలును బుంద్రే
క్షుధనుర్ధరు నంపసెకలు శుకపికశారీ
మధులిట్టులు మలయానిల
మధులిట్టులు తనదుధైర్యమహిమఁ గలంపన్. 148

ఉ. చందనగంధినెన్నుదురు చందురులో సగఁబాల బాలము
ద్ధుం దెలిచూపు లంగజునితూపులలోపల మేల్తరంబు లిం
దిందిరవేణిమోవి యెలదేనియలో నికరంబు తేట యే
మందము మందయాన మొగమందము మీఱు నవారవిందము
మున్. 149

ఉ. బంగరుబొంగరాలపరిపాటి చనుంగవ మీలసూటి త
ళ్కుంగనుదోయి చంద్రప్రతికోటి మొగంబెలదేఁటిదాఁటిక
న్నం గడుమేటి వేణి పులినంబులసాటి పిఱుం దయారె చి
త్రాంగదపాటిజోటి గలదా యని మెచ్చుఁ గిరీటిమాటికిన్.

క. ఈకరణిఁ దలంచుచు నా
లీకనిభానన నెదఁ గని పిలి రే గడ పెఁ గ
లేకెటుల నిద్ర వచ్చుఁ గ
రే కగునయ్యువిద నెదను నిల్పినదాఁకన్. 151

తే. అపుడు నృపుఁడు ప్రఫుల్లనవాంబుజప్ర
సన్నముఖుఁడయి మలయధ్వజక్షితీశ
కమలహితునకు మామకాగమనవార్తఁ
దెలుపు మనుచు విశారదుఁ బిలిచి పనిచె. 152

చ. పనిచిన నేఁగి యాతఁడు నృపాలునిమంత్రిముఖాంతరంబునం
గనుఁగొని యంత్రమత్స్యము జగం బెఱుఁగన్ భుజశక్తి
నేసి జవ్వనిఁ గయికొన్నయర్జునుఁడు వచ్చినవాఁ డిదె తీర్థ
యాత్రగా, జనవర యంచు విన్నపము సల్పి ససంభ్రమచిత్తుఁ
డై తగన్. 153

క. తననగరువంటిదే చ
క్కనినగ రొక టాయితంబు గావించి పురం
బు నలంకరింపఁగాఁ జే
సినవాఁడై యపుడు సకలసేనలుఁ గొల్వన్. 154

మ. ఎదురుగ వచ్చి పాండ్యధరణీశ్వరుఁ డర్జునుఁ గాంచి నేఁడుగా
సుదినము మీరు రాఁ గలుగుశోభన మెన్నటి కబ్బుఁ బ్రోలికిం
బదుఁ డని యిద్దరుం దొఱసి భద్రగజంబుల నెక్కి వచ్చి రిం
పొదవ హళాహళిం గడకు నెత్తెడుపౌఁజులదిక్కు సూచు
చున్. 155

తే. రాజవీథుల నెసఁగ నీరాజనములు
కటికవా రెచ్చరింప నైకటికభూమి
వందిజనములు వొగడఁ జెల్వొందిమిగులఁ
బురము సొత్తెంచె విజయుఁ డబ్బురముగాఁగ. 156

క. నెట్టుకొని నరునిఁ గనుచోఁ
బట్టణమునఁ గలసమస్తభామల కహహా
యెట్టివిచిత్రమొ మనసునఁ
బుట్టినవాఁ డపుడు మనసుఁ బుట్టించెఁ జుమీ. 157

చ. చక్కదనంబు రూపునఁ బొసంగుటె కాదు గుణంబులందునుం
జక్కదనంబు గల్గునెఱజాణ జగంబుల నీడు లేనినా

చక్కనిరూఁతునుం దొరయఁ జాలినవాఁ డితఁ డల్లుఁ డైనఁగా
మిక్కిలి కీర్తి గల్గు నని మెచ్చు మనంబున రాజు సారెకున్.

చ. అడు గడుగందును న్మణిపురాధిపుఁ డి ట్లుచితోపచారముల్
గడు నొనరించి యుద్వహనకౌతుక హేతుకళావిశేష మా
విడిదికిఁ దెచ్చి నిల్పి యతివిస్మయ మందఁగ విందు వీడుకో
లుడుగరలన్ ధనంజయునియుల్లము రంజిలఁ జేసె నెంత
యున్. 159

ఆశ్వాసాంతము.

మ. సరసాగ్రేసర వాసర ప్రభుతనూజస్థూలలక్షూపురం
దరజిద్భోగధురంధరా భరతశాస్త్రప్రౌఢమార్గైకలా
స్వరసాస్వాదనకోవిదా శ్రవణభూషాదివ్యరత్నత్విషా
తరణి శ్రీకరగల్లభా విభవభృత్తంజాపురీవల్లభా. 160

'. యాచనకవినుత వనితా
సేచనకమనోహరాంగశృంగారకళా
సూచనకప్రకవితా
లోచనకందళితహర్షలోలుపహృదయా. 161

. తరుణీమన్మథ యాశ్రిత
భరణాగుణాభరణశౌర్యబహులరాజ్యధురం
ధరసత్యాదిమచక్రే
శ్వర యభినవభోజరాజవరబిరుదాంకా. 162

ోటకవృత్తము —
అతులాగమశాస్త్రనిరస్తసురే
జ్యతులాధికవిద్యదవాప్తశత

క్రతులాభశుభోదయకారణర
త్నతులాపురుషాదికదానచణా. 163

గద్యము. ఇది శ్రీసూర్యనారాయణవరప్రసాదలబ్ధప్రసిద్ధసారస్వతసుధాసారజనిత యశోలతాంకూర చేమకూరలక్ష్మణామాత్యతనయ వినయధురీణ సకలకళాప్రవీణాచ్యుతేంద్రరఘునాథభూపాలదత్తహస్తముక్తాకటకవిరాజమాన వేంకటకవిరాజ ప్రణీతంబయిన విజయవిలాసం బనుమహాప్రబంధంబునందుఁ బ్రథమాశ్వాసము.

శ్రీ

విజయవిలాసము

ద్వితీయాశ్వాసము.

జానకీమనోహర
పూజాంచితహృత్పయోజపోష్యాఖిలది
గ్రాజసకలార్థిజనని
ర్వ్యాజకృపా యచ్యుతేంద్రరఘునాథమణీ. 1

తే. అవధరింపు కథాకర్ణనాతివేల
హర్షులైనట్టిదివ్యమహర్షులకును
తతసమస్తపురాణకథాశతాంగ
సూతుఁడై విలసిల్లెడుసూతుఁ డనియె. 2

ఉ. ఆచెలువంపురాకొమరుఁ డంత వయస్యునిఁ జూచి యింపుతో
నీచతురత్వ మీవినయ మీయుచితజ్ఞత యెందు నేనియుం
జూచితె మైత్రికిం దగినచో టగు శోభనపుంబ్రసంగముం
సూచన సేసి రాజు మది చొప్పెఱుఁగం వలదా విశారదా.

మ. అనినం మీమదిలోఁ దలంచినది మేలౌ సిద్ధసంకల్పు లీ
రని యావేళ నె చిత్రవాహనుఁడు గొల్వై యుండఁగాఁబోయి
యా,యన రా రమ్మని గారవించి సుముఖుం డై రాజుగా-

రిప్పు డే, మనినా రెయ్యది వార్త యంచుఁ బయిపై నాస
క్తితోఁ బల్కఁగన్. 4

చ. అవనితలేంద్ర మావిభునిహర్ష మదే మని విన్నవింతు సం
స్తవ మొనరించి రింతపడి సామిచరిత్రమె వేయినోళ్ల న
న్ణవపతితోడ బాంధవ మొనర్చినమాధవు లీలఁ దారు బాం
ధవ మొనరింపఁ జిత్త మిడినారు గుణాంబుధు లీరు గావునన్.

క. నా విని సంతోషము మది
నావిర్భవ మొంద నామహారాజునకున్
దేవేరిగ నాకన్నెం
బావనగుణ నీయఁ గనుట భాగ్యము గాదే. 6

చ. కల దొకమాటఁ దెల్పఁగలకార్యము దొల్లి ప్రభాకరుండు
నాఁ, గలఁ డొకఁ డస్మదీయకులకర్త యతం డనపత్యుఁడై
యచం,చలమతి శంకరుం గుఱిచి చాలఁ దపం బొనరింప
నంతటం, గలుగుఁ గుమారుఁ డొక్కఁడుగా నని యిచ్చె
వరంబు వేడుకన్. 7

క. అంగజహరుని ప్రసాదము
నం గలుగుచు వచ్చె సుతుఁడు నాఁ డావిగ మా
వంగడమున నది యిప్పుడు
వెంగడమై కూఁతు రుద్భవించె న్నాకున్. 8

క. ఆమహీంతఁ గుమారుని మ
ర్యాదగఁ జూచికొనియుందు నాకన్నియకుం
బ్రాదుర్భవించువాని
న్నాదుకులంబునకు వలయు నాథునిఁ జేయన్. 9

క. కాదనరా దీకార్య మ
జాదులును బ్రసాదమతా విశారద నాకు
న్నాదుహితం బొనఁగూరిచి
నాదుహితం బెండ్లి సేయు నరనాథునకున్. 10

తే. అని యతనిఁ బంచె నామాట కర్జునుండు
సమ్మతించె ముహూర్తనిశ్చయము నయ్యె
హితుఁ డన విశారదుఁడెకాక యెందుఁ గలరె
కోర్కి వెలయంగ దొరఁ బెండ్లికొడుకుఁ జేసె. 11

క. సుత్రామనిభుఁడు పాండ్యధ
రిత్రీవిభుఁ డానతీయ శృంగారకళా
చిత్రాంగదయుత యగునా
చిత్రాంగదఁ బెండ్లికూఁతుఁ జేసిరి కాంతల్. 12

క. గరిత లలంకృతి సేయఁగ
గరువపుమురు వపుడు హెచ్చి కన్నియ దనరెం
బరిణయపుంగైసేఁతల
నరపతి యొఱపతిశయిల్లు నటనఁ జెలంగెన్. 13

మ. తనవంశంబునృపాలుపెండ్లిఁ గనుతాత్పర్యంబునన్ వచ్చెనో
యనఁ జంద్రుం డలరెం గిరీటి సుముఖుండై యంతఁ గైసేసి
తె,చ్చినభద్రేభము నెక్కి శీవిమెయి వచ్చెన్ బాండ్య
భూపాలులో,చనముల్ చల్లఁగఁ గ్రొత్తముత్తియపుసేసల్
జవ్వనుల్ చల్లఁగన్. 14

చ. నలుగడ హృద్యవాద్యనటనం బొలయం గపురంపుటారతుల్
వెలయ ద్విజశ్రుతుల్ చెలఁగఁ విప్రవధూశుభగానలీల శో

భిలఁగ వివాహవేదికకుఁ బెండ్లికుమారుఁడు వచ్చె నిట్టు లా
వల నలపెండ్లికూతురును వచ్చె రణచ్చరణాంగదంబులన్.

శా. పంకేజాతములన్ దిసంతు లడుచున్ బాలామణీపాదముల్
వంకల్ దీర్చు మనోజసాయకములన్ వాల్చూపు లేణాం
కునిన్, శంక ల్సేయు మొగంబు జక్కవకవన్ జక్కట్లు
దిద్దుం గుచా,హంకారంబు మదాలిమాలికల నూటాడించు
వేణీరుచుల్. 16

క. హరిపతి నడుమున కోడెన్
గరువపునడుపునకు నోడె గజపతి యిఁక నీ
నరపతి లోనగు టరుదే
వరవర్ణినిమెఱుఁగువాఁడివాల్చూపులకున్. 17

ఉ. చక్కనికన్యకామణికిఁ జక్కనివాఁ డగు ప్రాణనాథుఁడుం
జక్కనిశోభనాంగునకుఁ జక్కనియింతియుఁ గల్గు టబ్బురం
బెక్కఁడ నిట్టు లుండ వలదే రతిదేవికి సాటివచ్చుఁ బో
యిక్కనకాంగి మన్మథున కీ డితఁ డీడితరూపసంపదన్. 18

క. అని రూపకళలఁ జూపరు
గొనియాడఁగఁ బేరటాండ్రు గొందఱు తెర వం
చినఁ జూచె నతివ నర్జును
డనురాగాంబుధి తటాల్న నటఁ దెర యెత్తెన్. 19

తే. కలదు లే దన నసియాడు కౌనుతీరుఁ
దళుకుమొగమున కెగయు గుబ్బలబెడంగుఁ
జూచి యాతనినిడువాలుఁజూపు లపుడు
నిండువేడుక మిన్నంది కొండఁ దాఁకె. 20

వ. చిలుకలకొల్కి గన్గొనియెఁ జేరఁ గొల్వఁగ రానికన్నులున్
మొలకమెఱుంగుసీలముల ముద్దులు గాఱునొయారిమీస
ముల్, గలకలనవ్వుచక్కని మొగంబు వెడందయురంబు సిం
గమున్, గలఁచురువాణపుంగవును గల్గినయాకురువీరపుంగ
వున్. 21

క. అంగజరాజ్యం బేలుట
కుం గట్టినతోరణం బొకో యన నతఁ డా
శృంగారవతికిఁ గట్టెన్
మంగళసూత్రంబు చతురిమం గళసీమన్. 22

మ. అనురక్తిం దలఁబ్రాలు వోసె విజయుం డావేళ బంగారుకుం
డన రం గౌనలినీలవేణిపయి ముత్యాల్ దోయిటన్ ముంచి చ
య్యనఁ బా ల్పొంగినకైవడిన్ సిరులు పెంపై బాలు రేకె
త్తిన,ట్లనె వర్ధిల్లు మటన్న దీవనలకెల్లం దావలం బై తగన్.

తే. తామ్రపర్ణినదీతీరధరణి నేలు
దొరతనము దెల్పఁగా రాశి దొరలఁ బోసె
ముదితచేతులఁ దలఁబ్రాలు ముత్తియములు
ముదితచేతస్కు లై సభాసదులు పొగడ. 24

క. ఈచందంబునఁ గల్యా
ణోచితకృత్యంబు లెల్ల నొనరిచి యంతన్
రాచూలిభోగ్యవస్తు
ప్రాచుర్యమనోజకేళిభవనమునందున్. 25

చ. మినుకుఁగడానిజీనిపని మేలిమిమంచముపై వసించి యుం
డినయెడ నొయ్యనన్ సఖులు నేర్పునఁ దోడ్కొని వచ్చి
మ్రోల జ,వ్వని నిడి తోడిచూపులకు వచ్చినవారునుబోలె

వెన్కకుం, జని వపుఁ గాఁడె పై నతనుసంగర మానవమోహ
నాంగికన్. 26

ఉ. చంచలనేత్రఁ గాంచి నృపచంద్రుఁడు మోహము నిల్పలేక
చేలాంచల మంటి శయ్యకవు డల్లనఁ దార్చి కవుంగిలింపనుం
కించఁ బయంట నంట గమకించుఁ జలించుట దెప్పు డెప్పుడం
చించుక నేప్రులోన మెఱయించు ననేకమనోవికారముల్. 27

ఉ. కానుక గాఁగ నిత్తు బిగికౌఁగిలి పల్కవె కీరవాణి నీ
జానుఁడితేనె నా చెవుల నానఁ గృపారసధార నాన న
న్నానన మెత్తి చూడు నళినానన గోలతనాన నేల లో
నానఁ జలంబు నీకు మరునాన సుమీ విడు నాన యింకిటన్.

ఉ చక్కెరవింటిదేవర ప్రసాదముఁ గైకొను మిప్పుడిందఱో
చక్కెరబొమ్మ యంచు విలసన్మణికంకణహస్త మంటి పే
రక్కఱఁ గప్పురంపువిడె మానెఱజాణ యొసంగి నిక్కలేఁ
జెక్కిలి ముద్దు వెట్టుకొనెఁ జెప్పెడిదే మిఁక నావినోదముల్.

ఉ. ఇగ్గెడు వెన్కకుం బయికి నీడ్చినఁ బైఁట దొలంగఁ జేయఁ గే
లొగ్గెడు రెమ్మిపోక ముడి యూడ్చినఁ గ్రుంగిలి రెండుకొం
గులుం, బిగ్గ నడంచుచుఁగా విడిచిపెట్టదు బాల ననం బనేమి
యా, సిగ్గుకు సిగ్గు లేదిటులు నేసిన పిమ్మట నుండవచ్చునే.

తే కోర్కి వెలయంగ నినుఁ దెచ్చి కూర్చినట్టి
తియ్యవిలుకానిబుణ మెందుఁ దీర్చుకొందు
నువిద నీచేయి చూచుక యున్న నాకు
నింద మని యంది నీవి నీ వియ్యకున్న. 31

సీ. మకరకేతనుఁ గూర్చి మకరికాలతలు నీ
చెక్కుల వ్రాయంగ మ్రొక్కుకొంటిఁ

కుసుమాకరునిఁ గూర్చి కుసుమమాలికలు నీ
వేనలిఁ దుఱుమంగ వేఁడుకొంటి
గంధవాహునిఁ గూర్చి గంధసారంబు నీ
గుబ్బలఁ బూయంగఁ గోరుకొంటి
మృగలాంఛనునిఁ గూర్చి మృగమదంబుల నీకుఁ
దిలకంబు దిద్దఁ బ్రార్థించుకొంటి

తే. నిన్ను వరియించునప్పుడే యున్ని చేయు
వాఁడ నని మున్ను శృంగారవనములోన
వల పెఱిఁగి యేలుకోఁగదే కలికి యనుచుఁ
గేళి కెలయించె నమ్ముద్దరాల నపుడు. 32

క. పొక్కిలిపొంతఁ గరం బిడి
చెక్కిలిచెంత నొకకొంత చిఱుత వ్రేలయున్
జక్కిలిగింతం గొలిపెన్
మిక్కిలి వింతలుగ రతికి మేకొన నంతన్. 33

ఉ. డాసిన నింగితం బెఱిఁగి డాయఁగ నేరక తత్తరంబునం
జేసిన నేతకున్ బదులు సేయ నెఱుంగక మేను మేనితో
రాసినయంతనే కళలు రంజిలి కౌఁగిట బాలయుండెఁ బో
యాసుఖ మింత దంత యన నైనది గాదు గదయ్య క్రీడికిన్.

ఉ. అంగజరాజ్యవైభవసుఖాంబుధి నీగతి నోలలాడి చి
త్రాంగద సేవఁ జేయ మలయధ్వజునిల్లటపల్లుఁ డై తదీ
యాంగబలంబు గొల్వ నరుఁ డందులరాజ్యము సేయు
చుండ నా, సింగపుఁజిన్ని లేనడుము చెల్వకు గర్భము నిల్చె
నంతటన్. 35

శా. మించెన్ బోరుచికోరికల్ గడు విజృంభించెన్ దనూగ్లానిగా
న్పించెన్ మేచకకాంతి చూచుకములం జెక్కిళ్లపైఁ దెల్పు
రే, ట్టించెన్ గూర్కులు సందడించె నడ చండించెన్ మృదా
మోదముల్, గాంచెన్ వాతెఱ యోసరించెఁ ద్రివళుల్
నానాఁటికిన్ బోటికిన్. 36

క. సీమంతవతీమణికి
న్సీమంతము జేసి రపుడు నెల లెనిమిదిగా
శ్రీమంతు కెక్కుగర్భ
శ్రీమంతుం డీతఁ డనుట సిద్ధము గాఁగన్. 37

క. ప్రొద్దుల నెలలన్ వేవుర
సుద్దులుగాఁ జేయఁ దగుమహోయశములు గా
ముద్దులబాలునిఁ గనియెను
బ్రొద్దులనెలయెడల నిందుముఖి శుభవేళన్. 3

చ. ధనము లసంఖ్యముల్ హితబుధద్విజకోటికి నిచ్చి యప్పు డా
తనయుని బభ్రువర్ణహయదట్టము నేలెడు నంచు బభ్రువా
హనుఁ డనుపేరు వెట్టి చెలువందఁగ బంగరుఁదొట్లఁ బెట్టి
శో,భనవిభవాప్తి రంజిలిరి పాండవపాండ్యవసుంధరా
పుల్. 9

సీ. తనకులస్వామితంద్రిని సుధాంబుధిఁ బోలుఁ
బాలబుగ్గలమించులీలఁ గనుటఁ
దనపితామహునిబృందారకాధిపుఁ బోలు
రెప్ప వేయక చూచురీతిఁ గనుటఁ
దనవంశకర్త నుత్పలబాంధవునిఁ బోలుఁ
గరము లక్ష్మిలిఁ జాఁచి గారవిలుటఁ

దనతాత యనుఁగుఁదమ్ముని నుపేంద్రునిఁ బోలు
నల్లనల్లన దప్పటడుగు లిడుట
తే. ధరణి గాంభీర్యవైభవదానకృపలు
గల వని కనంబడఁగ వేఱ తెలుపనేల
యని గురుజనంబు లెంతయు నాదరింపఁ
జిన్నిబాలుండు ముద్దులు చిలుకుచుండె. 40

తే. ఆడితప్పనిధర్మజుననుఁగుఁదమ్ముఁ
డాకుమారకుఁ జిత్రవాహనున కపుడు
వంశకరుఁగా నొసఁగి వేడ్క వారిచేత
నంపకముఁ గాంచెఁ దీర్థయాత్రాభిరతిని. 41

మ. చని యాదక్షిణపుణ్యభూమిఁ గనుచున్ సౌభద్రతీర్థంబునం
దును స్నానం బొనరింపఁ బోవ నట మౌనుల్ గొంద
ఱోహో నిలుం, డనఘైతన్ముఖపంచతీర్థములయం దత్యుగ్ర
నక్రంబులుం,డును నూఱేఁడులనుండి యిందు నొకనాఁడుం
జేరరా దేరికిన్. 42

ఆ మోక్షమునకుఁ బోవ మొస లెత్తుకొనిపోయె
ననెడువార్త నిక్క మగు నటంచు
గ్రుంక వెఱతు రెవ్వరును మీర లటు పోకుఁ
డనిన నవ్వుకొనుచు నర్జునుండు. 43

తే. ఏను దీర్థము లాడఁగ నేఁగుదెంచి
యేనుతీర్థము లాడనో డివలఁ జనుట
పౌరుషమె యంచుఁ గ్రుంకఁ బో వారిచరము
పట్టెఁ బట్టిన నమ్మహాబాహుబలుఁడు. 44

క. ఎడమకరంబుననే య
య్యెడ మకరముఁ బట్టి బయిటి కీడిచి వైవన్
వడి భూమికిఁ జూపినకై
వడిఁ దొల్లిటిరూపు వాసి వాసి యొసంగెన్. 4

ఉ. వట్రువగుబ్బలుం దొగరువాతెఱయుం జిఱునవ్వువెన్నెలల్
దొట్రిలుముద్దుమోమును దళుక్కను మేను వెడందసోగ
వట్రిలుకన్నుదోయి నిడువాలుఁగురుల్ బటువుంబిఱుందు
గుట్రనునుంగవుం గలుగుకోమలి యై యదిమ్రోల నిల్చినన్

క. ఆలోలనయనఁ గనుఁగొని
యాలోచనఁ జేసె నృపతి యద్భుతమతి యై
యాలో నిది యచ్చరప్రో
యాలో కాకల్ల మరునియాలో యనుచున్. 47

క. ఈబాలమోమునకు నా
జాబిల్లికి నెంతదవ్వు సరివచ్చునొకో
యీబిడచనుఁగవ కొకమె
ట్టాబంగరుగట్టు తక్కువౌ నెంచంగన్. 48

క. నడు మెంతసైక మోహో
పిడికిటిలో నణఁగు బెళుకుబేడిసమీలం
గడకొత్తుఁ గన్ను లౌరా
జడయందముఁ జెప్పఁ బాఁపజగతిం గలదే.

మ. అని యాక్రీడి మనంబునం బొగడి యుగ్రాకారనక్రంబ
మును పట్టుండిన దేమి మేలు చెలువంపుంగల్కి వై యిఁ
డొప్పినదే మెవ్వరిభామినీమణివి నీపేరేమినా నిట్లను.

విను మోభూవర యానుపూర్విగఁ బురావృత్తాంత మాద్యం
తమున్. 50

క. ఏనంద యనెడునచ్చర
చానన్ దరుణేందుధరునిసఖుని యనుంగన్
నా నెచ్చెలులు త్రిలోకీ
యానేచ్ఛలు గలరు నల్వు రతలశుభాంగుల్. 51

ఆ. వారు లలిత పద్మ సౌరభేయి సమీచి
యనెడు పేర్లు గలుగునట్టివారు
జగములెల్లఁ జూచి చనుదెంచుచో మేము
వనధికాంచి నొక్కవనము కాంచి. 52

మ. విహరించన్ మలయానిలం బచటఁ దావిం జిల్కి నెమ్మేని
యా, విహరించన్ బికనాదముల్ చెవికిఁ గావించుం జవుల్
పోద మా, సహకారాలిపదంబుఁ జూడఁగ వయస్యా హాళి
వాటిల్లెడున్, సహకారాలిపదంబుఁ జూడఁగఁ వయస్యా
హాళి యానే కదా. 53

క. అని యితరేతరచతురో
క్తిని గుంభన మెఱయ నరిగి తేఁకువ నందున్
మునియొకఁడు దపము సేయం
గని యది విఘ్నంబు సేయఁ గడఁగి కడంకన్. 54

క. నెఱికురులు గేలుఁజిగురులు
నిఱిచన్నులు విరివికన్ను లించుకకౌనుల్
జిఱుఁ దొడలు నంచనడలున్
మెఱపులయొఱపులు ఘటింప నిలిచి నటింపన్. 55

క. మాపాలు పాకింత గనుఁగొని
తాపసు డఁట వలపు పేరు దైవ మెఱుంగున్
శాప మొసఁగె మకరులుగాఁ
గోపరసావేశరూక్షకుటిలేక్షణుఁ డై. 56

క. అందులకుఁ జాల భయపడి
యందఱ మడుగులకు వ్రాలి యతిదీనతతోఁ
గొందలపడ నపు డాతని
డెందము గైకొనియె నక్కటికపుం బెంపున్. 57

ఉ. శీతలదృష్టిఁ జూచి మునిసింహుఁడు నావచనం బమోఘ మో
భీతమృగాక్షులార మది బెగ్గిల నేల యిఁకన్ వినుండు మీ
చేత గృహీతుఁ డై సలిలసీమను నెవ్వఁడు వెల్వరించు మి
మ్మాతఁడె శాపమోక్షకరుఁ డయ్యెడుఁ బొం డని పంచె
బంచినన్. 58

చ. ఇలఁ గలనీళ్లు సూడ మన మేటికిఁ బోవలెఁ బోయినన్ వని
న్నిలువఁ బనేమి నిల్చిన మునిం గని త్రుళ్లఁగ నేల యంతలో
నలిగి శపింప నేమిటికి నాతఁడు వ్రాఁతఫలంబు దప్పునే
కలిగినవే కదా మకరికల్ మన కెప్పుడు వ్రాసి యుండుటల్.

తే. అనుచు ననుతాపమునఁ ద్రోవఁ జనుచు నుండ
నారదుఁడు సూచి యచ్చరలార మీరు
చిన్నవోయినమొగముల నున్నవార
లే మనినఁ బూర్వవృత్తాంత మెల్లఁ దెలిపి.

తే. ఋషితిలక కంటివే మాయదృష్టరేఖ
కుడిచి కూర్చుండి యిదె యొకబెడఁద దెచ్చు

కొంటి మే మేడ మకరులై యుంట యేడ
నర్హమే యిట్టిబాధ బింబాధరలకు. 61

క. అన విని యనిమిషముని యో
వనితాతిలకంబులార వసుధాగీర్వా
ణునిశాపము విధికృత మే
ఘునునకుఁ దప్పింప నలవి గా దటు లగుటన్. 62

ఉ. మీరలు దక్షిణాంబుధిసమీపమునం దగుపంచతీర్థముల్
చేరియు గ్రాహరూపములఁ జెంది శతాబ్దము లున్నఁ దీర్థసే
వారతి భారతాన్వయుఁడు వాసవనందనుఁ డర్జునాఖ్యుఁ డే
తేరఁ గలం డతండు కడ తేర్చు మిమ్మున్ దృఢసాహసంబునన్.

క. చనుఁ డచటికి నిపు డింపెన
య'న దుఃఖం పంచభిస్సహ' యనంగా మున్
విని యుందురె కద యేటికి
మనమున నుమ్మలికఁ జెంద మదవతులారా. 64

శా. అంచున్ మమ్ముల నూఱడించ వినయాహ్లాదంబు లెంతే విజృం
భించన్ మ్రొక్కి జగంబులందును మిముం బేర్కొన్న
మాత్రం బటా, పంచంబై దురితంబు లెల్లఁ జనఁగా భక్తిన్
మిము న్నేఁడు దర్శించన్ ఖేదము వోయి మోదము
మదిం జెన్నారదా నారదా. 65

క. మీకతమున నూఱేండ్లని
మాకున్ మితి యెఱుకపడియె మంటి మటంచున్
లోకేశ్వరసుతుడీవనఁ
జేకొని యిట వచ్చి నిలిచి చిత్తములోనన్. 66

క. దుర్జనవిసర్జనముగ
నిర్జరలోకాధినాథునిసుతుం డగునా
యర్జును సర్జనసముదా
యర్జునుఁ గనుఁగొనెడిభాగ్య మది యెన్నఁటికో. 67

చ. అని తలపోయుచు న్మకరికాకృతు లూని యి టుండఁగా నిదే
పనిగ మదీయపుణ్యపరిపాక మనం జనుదెంచి నీవు న
న్మనిచితి వే కదా కడమ నాచెలు లౌజలచారిచారులో
చనలకు శాపమోచనము సల్పి కృతార్థులఁ జేయు పార్థివా.

క. అని నంద వేడినం ద
క్కినతీర్థము లాడి వారికిన్ శాపవిమో
చన మొనరింపఁగ నేవురు
జనుదెంచి శుభాంగలీల సన్నిధి నిలువన్. 69

క. కలలో నెఱుంగ మేగతి
కలలో నీచెలువమున్ సకలలోకములన్
కలలోలాత్ములగరగరి
కలలోఁ గొనినారొ చంద్రకలలో వీరల్. 70

క. అని తనచే నిజరూపముఁ
గనిరి గదా యనుచు వేడుకం దగునృపతిం
గని యాయచ్చర లి ట్లని
కొనియాడఁ దొడంగి రధికకుతుకాన్వితలై. 71

సీ. బలవైభవంబుచే గెలుచుమాత్రమె కాదు
గమనలీలను గెల్చుగంధకరిని
కీర్తివిస్ఫూర్తిచే గెలుచుమాత్రమె కాదు
నగుమొగమ్మునఁ గెల్చుఁ దొగలతేని

బలుసాహసంబుచే గెలుచుమాత్రమె కాదు
మినుకుఁ గౌనున గెల్చు మృగకులేంద్రు
నలఘుదానంబుచే గెలుచుమాత్రమెకాదు
నెఱులకాంతిని గెల్చు నీరదమును

తే. సకలసద్గుణసౌందర్యసారమూర్తి
యనియు మును నారదుఁడు దెల్ప వినియయుంటి
మిమ్మహాభుజు నిప్పు డోకొమ్మలార
కంటిమి గదమ్మ కన్నుల కఱవు దీఱ. 72

తే. బాపునలరాజుగర్వంబుఁ బాపురూపు
చాఁగురే రాజుకలల మిం చాఁగు రేఖ
మేలు నలరాజుసోయగ మేలుఁ జెలువ
మమ్మయీరాజుప్రతి గాన మమ్మ యెచట. 73

తే. అందఱును నింద్రనీలశుభాంగుఁ డందు
రింద్రనీలశుభాంగుఁడే యితఁడు గానఁ
దండ్రి బోలినరూపుమాత్రంబె కాద
యారెభూలోకదేవేంద్రుఁ డంచుఁ బొగడి. 74

తే నీకుఁ గల్యాణమౌరమణీయరూప
నీకు వంశాభివృద్ధి యౌ నృపకలాప
నీకు జయ మగు సాహసనీతిభరిత
నీకు సామ్రాజ్య మౌ మహనీయచరిత. 75

శా. అంచన్ వేలుపుమించుఁబోణులు శుభోదర్కంబు గాన్పించ
దీ,వించన్ వారిఁ బ్రియానులాపములచే వీడ్కొల్పి గోక
ర్ణభూ, ప్రాంచద్ధూర్జటిఁ గొల్చి పశ్చిమసముద్రప్రాంతపుణ్య

స్థలుల్, గంచుకఁ బోయి ప్రభాసతీర్థమున వేడ్కం గ్రీడి
క్రీడించుచున్. 76

తే. ద్వారకాపుర మచటికిఁ జేరు వనుచుఁ
జెప్పఁగా విని కడుసంతసిల్లి కలదు
గా యిఁక సుభద్రరూపరేఖావిలాస
విభ్రమంబులు గనఁ జూడ్కి విందుగాఁగ. 77

క. అరచందమామనేలిన
దొరగా నెన్నుదురు నెన్నుదురు బిత్తరికిన్
బరువంపుమొల్లమొగ్గల
దొరగాఁ బల్కుదురుఁ బల్కుదురు జవ్వనికిన్. 78

క. అలకలు నీలము లధరం
బలపగడము గోళ్లు ముత్తియంబు లటంచున్
దెలుప మును విందుఁ జిలుకల
కొలికి తెఱం గెల్లఁ బూస గ్రుచ్చినరీతిన్. 79

తే. అనుచు నాకన్యఁ గైకొనునాసఁ దగిలి
యతులకు విధేయు లగుదురు యాదవు లని
తను నెఱుఁగకుండవలె నన్యులనియుఁ దలఁచి
యనుచరజనంబు నందంద పనిచి యంత. 80

సీ. మృగనాభితిలకంబు బుగబుగ ల్గలలలా
టముపై మృదూర్ధ్వపుండ్రంబు దీర్చి
తపనీయకౌశేయధౌరేయ మగుకటీ
రమునఁ గాషాయవస్త్రము ధరించి
శరణాగతాభయసుదాయకం బైన
దక్షిణపాణిఁ ద్రిదండ మూని

రణచండకోదండగుణకిణాంకం బైన
        డాకేల నునుఁగమండలువు దాల్చి
తే. యుండెఁ బో శాంతరసమెల్ల నుట్టిపడఁగ
నంగసలపొందు రోసి సన్న్యాసి యగుట
గద యుచిత మెందు నానవమదనమూర్తి
యంగనామణిఁ గోరి సన్న్యాసి యయ్యె. 81

క. ఇటులుండి తనదుకోరిక
ఘటియింప హలాయుధుండు గాఁ డనుకూలుం
డటులైననేమి యఘటన
ఘటనాచతురుండు గలఁడ కా హరి యనుచున్. 82

క. గోపాలనందనుం డా
గోపాలకచక్రవర్తి కోమలదివ్య
శ్రీపాదపద్మములు దన
లోపలఁ దలపోయ నంతలోపల వేగన్. 83

ఉ. సొన్నప్రసన్న చేలఁ గటిఁజుట్టి కిరీటము మౌళిఁ దాల్చి రే
ఖన్నియతోడఁ బుట్టు పెనుమానిక మక్కునఁ జేర్చి వచ్చి చెం
తన్నిలిచెన్ దయారస మెదం బొదువన్ యదువంశదుగ్ధవా
రాన్నిధిపూర్ణిమావిశదరశ్మిదరస్మితచారువక్త్రుఁడై. 84

ఉ. అప్పుడు సామి దాఁ దలఁచినంతనె వచ్చె నటంచు విస్మయం
బుప్పతిలంగ వేడ్క నన లొత్తఁగఁ గన్నుల హర్షబాష్ప
ముల్, చిప్పిలఁ గ్రీడిపాదసరసీజములం బ్రణమిల్లి తద్రు
చుల్, రెప్పల నప్పళించుచును తేనెక యుండఁగ సంభ్రమం
బునన్. 85

ఉ. గ్రుచ్చి కవుంగిలించుకొని కూరిమితోఁ గుశలంబు వేఁడి తా
వచ్చినరాక లోఁ దెలిసి ద్వారకరైవతకాద్రిప్రాంత నే
యిచ్చటికిన్ సమీప మని కృష్ణుఁడు దెల్పుచుఁ దోడితేరఁగా
వచ్చె రథంబుపై నపుడు వాసవి వేసవి యేఁగు నంతటన్.

తే. వచ్చి రైవతకారామవాటి నిల్చి
కృష్ణుఁ డం దిష్టగోష్ఠి నా రేయి కడపి
యిచట నుండుము తావకాభీష్ట మిపుడు
సేయుదు నటంచుఁ బైతృష్వసేయు నిలిపి. 87

ఉ. ద్వారక కేఁగి యందు బుధవర్గము బంధుజనంబు లాప్తులుం
గోరి భజింప నుండి యొకకొన్ని దినంబులమీఁద భక్తమం
దారుఁడు. వాసుదేవుఁడు ముదంబున రైవతకాచలోత్సవ
శ్రీ రచియింపఁగా వలయు రే పని మంత్రులఁ జూచి పల్కి
నన్. 88

ఉ. అప్పుడె వారుఁ దీర్పరుల నందులకున్ సమకూర్చి జాళువా
యొప్పులకుప్ప లై మెఱయుచుండెడు మేరువులుం గురుం
జులున్, జప్పరముల్ వితానములు సర్వము నాయితపెట్టి
కానుకల్, దెప్పలుగా నమర్చి రతితీవ్రత రైవతకాచలంబు
నన్. 89

చ. అపు డొకమాటఁ గంసరిపుఁ డానతి యిచ్చెనొ లేఖొ
మంచివో, కక్కపుఁగపురంపుగిన్నియలు కస్తురివీణెలు రాశి
గాఁగఁ గొం,డపాడవు దెచ్చి వైచి రచటన్ మఱి తక్కిన
వస్తులంటిమా, యపరిమితంబు లే మనఁగ నవ్విభుపట్టణ
భాగ్యసంపదల్. 90

తే. గంధమాల్యాభరణవస్త్రకలితు లగుచుఁ
గామినీరత్నములు దారుఁ గలసి మెలసి
చనిరి రైవతకోత్సవంబునకు నపుడు
వీరు వారన కయ్యదువీరువారు. 91

చ. కలయఁగఁ జంద్రకావిజవికంబలెఁ గుంకుమఁ బూసి చూడు
మో, పొలఁతుక నాదునేర్పనినఁ బూసినయట్లనె లెస్స
యున్నదే, బళి యని కేళినీరమణి పల్కిన నవ్వుచు శంబ
రారి యర్మిలిఁ గయిసేసి (యేఁగిరి గిరిం గన) నారుచిరాంగు
లిర్వురున్. 92

ఉ. రేవతిగుబ్బచంటిమకరీమయరేఖ లురఃస్థలంబునన్
భావజచిహ్నముద్ర లయి భాసిల మేలిమికందుదుప్పటిం
బై వలెవాటు వైచి నునుమైజిగిగందపుఁబూఁత రైయి తగన్
రైవతకాద్రి కేఁగె బలరాముఁడు కేళికళాభిరాముఁడై.

క. నగధరునివెంట నడిచిరి
మిగులం గైసేసి యటఁ దమిం గస్తూరీ
భుగభుగలు నుదిరిబింగరు
నిగనిగ నెఱ యందె అవలు నెఱయం దెఱవల్. 94

చ. పురజను లింపునం గనఁగఁ బొంతల రుక్మిణి సత్యభామయుం
దొరయఁగఁ దక్కనాఱ్వురును దోఁ జన నావెనుకం బదా
ఱువే, లరుణులు గొల్చి రాఁగఁ బ్రమదంబునఁ గృష్ణుఁడు
వట్టివెళ్లచ,ప్పరములనీడనే యరిగెః బట్టినకానుక లెల్లఁ
జూచుచున్. 95

క. ఆగతి నరిగి సమస్తజ
నాగతి రైవతకగిరిమహామహాలీలా

భోగము గన్నులపండువ
యై గాఢకుతూహలంబు నడరం జేయన్. 96

ఉ. మున్నతిభక్తిఁ బూజలు సమున్నతిఁ దా నొనరించి యాత్ర
యో, పిన్నికరంబులం బిదప సేవ లొనర్పఁగఁ జేయుచుండె
నం,త న్నవరత్నహేమరచితం బగుపల్లకి నెక్కి వేడ్కఁ దా
నన్నలు రామకృష్ణులు రయమ్మున రమ్మని గారవింపఁగన్. 97

క. చెలియలు సుభద్ర వచ్చె
న్జెలియలు వేయాఱులు నిరుచెంతలఁ గొలువన్
దొలకరిమెఱపో యిది యని
తొలకరిద్వారబిడ్డ వెఱఁగుతోడం జూడన్. 98

ఉ. యావతచూళికాభరణ మప్పుడు కొందఱుబోట్లు ముంగలన్
రైవతకోత్సవాగతజనంబు బరాబరి సేయుచుండఁ ద
ద్దేవత కర్చనానతు లతిప్రమదంబునఁ జేసెఁ బైపయి
న్దైవతరాజనందను ధనంజయునిం బతిగాఁ దలంచుచున్. 99

తే. ఈకరణిఁ బూజ లొనరించి యిష్టసఖులఁ
గూడి యగ్గిరికందరాకూటతటవి
నోదవైఖరు లెల్లఁ గన్గొనుచు సరస
గోష్ఠి నుండెడుపద్మరాగోష్ఠిఁ జూచి. 100

క. మును విన్నది తా నప్పుడు
గనుఁగొన్నది యొక్కతీరుగాఁ దార్కాణై
పెనఁగొన్న మహాశ్చర్యం
బున నన్నరుఁ డిట్టు లనుచుఁ బొగడం దొడఁగెన్. 101

ఉ. చూడమె దేవతాసతుల శోభనకాంతివిలాసవైఖరుల్
చూడమె నాగకన్యకల లోకమనోహరరూపసంపదల్

చూడమె మర్త్యకామినులసోయగముం దమకంబు పెల్లు తీ
పాడఁగ దీనివంటియొఱపైనమిటారినిఁ జూడ మెందులన్.

చెక్కులజిగి చనుగుబ్బల
చక్కఁదనము మొగముతేట జడతీ రౌరా
చొక్కమగుదీనిఁ జూచినఁ
జొక్కమనం గూడ దెట్టిసుజ్ఞానులకున్. 103

ఉ. కన్నులు దీర్ఘముల్ నగుమొగం బపురా తలకట్టుతమ్మిపూ
పున్నమచందమామలకుఁ బొక్కలి చక్కఁదనంబుఁ జెప్పఁగా
నున్నదె మేలుబంతులు పయోధరముల్ మఱి కౌను సున్న
యౌ, నెన్నిక కెక్కుఁ బ్రాఁతఫల మివ్వరవర్ణినికి న్నిజంబుగన్.

తే. భ్రమరకమనోహరం బౌటఁ బద్మ మగును
తారకాహ్లాద్య మగుట సుధానిధి యగు
రెంటిజగడాలు మోమున నంటి యుంట
నబ్జముఖి యంట లెస్స యీ యలరుఁబోఁడి. 105

సీ. ధారాధరము వెన్ను దన్ని పుట్టినచాయ
నున్నదీబింబాధరోష్ఠి వేణి
జక్కవకవ ఱొమ్ము ద్రొక్కి నిల్చినజాడ
నున్న వీనవలాపయోధరములు
చిన్నిప్రాయపులేడిఁ జెవులు వట్టాడించు
గతి నున్న దీరామకన్నుదోయి
నల్లచీమలబారు నడుము దాఁకినవీఁక
నున్న దీచెలువంపుఁగన్నెయారు

తే. విపులపులినంబు వెన్కకు వీఁగ నొత్తు
నందమున నున్న దీమందయానపిఱుఁదు

దీని కెవ్వైనలతకూనఁ గాన మాము
నోజవజ్రాంగి యీజగన్మోహనాంగి. 10

క. సైకము నడుము విలాసర
సైకము నెమ్మొగము దీనిమృదుమధురోక్తుల్
పైకముఁ దెగడు న్నవలా
పైకములో నెల్ల మేలుబం తిది బళిరా. 10

ఉ. ఇత్తరళాక్షిమేనిజిగి యేలిక మేలికడానిపైఁడి కీ
గుత్తపుగుబ్బలాఁడిజడకూఁకటి చీఁకటియాలదుంప కీ
పుత్తడిబొమ్మకన్నుఁగవపోలిక వాలికగండుమీల కీ
బిత్తరిముద్దునెమ్మొగము పిన్నమపున్నమచందమామకున్.

తే. కామినీమణినిడువాలుఁగన్నుఁగవకు
నెన్నికకు రానితొగ తేకు లీడు సేఁత
తగదు తగ దిఁక నలినపత్త్రంబులందు
నీడగునొ యేమొ మాట వేయింట నొకటి. 10

క. మహిలో సరి గలదా యీ
మహిలోత్తంసంబు మేనిమహిమకుఁ దెలియన్
మిహికుందనపుసలాకన్
మిహికాకరరేఖమించు మించుక మించున్. 11

సీ. కలిగెఁబో యీయింతికులుకుగుబ్బలఁ జూడ
శీతశైలాదుల సేవఫలము
కలిగెఁబో యీనాతివళుల యందముఁ జూడ
గంగాతరంగముల్ గన్నఫలము
కలిగెఁబో యీరామకనుబొమ లొప్పడంగ
మును ధనుష్కోటిలో మునుఁగుఫలము

కలిగెఁబో యీభామకటివిలాసముఁ జూడ
భూప్రదక్షిణము సల్పుటకు ఫలము
తే. తోడుతోడనె యిటులు చేకూడవలదె
తన్వి డీలుంగ నింక నీతన్విఁ గూడి
సరససంభోగసల్లాపసరణిఁ దేలు
నాఁడు గా ఫలియించుట నాతపంబు. 111

క. అని కొనియాడుచు నుండఁగ
వనితామణి నంత నుత్సవము చేసి పురం
బున కన్పుచు మాయామునిఁ
గనుఁగొని యాహాలి నితాంతకౌతూహాలి యై. 112

తే. అతని నుత్తమయతియకా మతిఁ దలంచి
వినయమునఁ జేరి సాష్టాంగవినతిఁ జేసి
స్వామి లెందుండి యిచటికి వచ్చినారు
తీర్థయాత్రగ నది యెల్ల దెల్పుఁ డనిన. 113

క. హిమశైలసేతువులమ
ధ్యమునం గలనదులు నిధులు నాశ్రమములు దీ
ర్థములుం దాఁ గనుఁగొన్నవి
క్రమమునఁ దెలుపం బ్రమోదరసపరవశుఁ డై. 114

వ. కలిగెఁ భాగ్యవశంబునం గనుఁగొనంగా మిమ్ము మమ్ముం
గృతార్థులఁ గాఁ జేయఁగ నాత్మతోఁ దలఁచి చాతుర్మాస్య
మిచ్చోటనే, సలుపం గా వలె స్వామివా రని నమస్కా
రంబు గావించి ప్రాం,జలియై వేఁడిన సమ్మతించెఁ గుహానాస
న్యాసి యుల్లాసి యై. 115

తే. చెలువనేత్రవిలాసంబు చెవులు సోఁక
బాలకుచలీల యెదఁ జాలఁ బట్టి క్రాలఁ
గలికినెఱవేణిచెలువంబు కాళ్లఁ బెనఁగ
నవల బోలేక నిలిచె నయ్యర్జునుండు. 11

క. సీరియు నిటులా శౌనా
సీరియు నన్యోన్యసూక్తిసితమానసు లై
పోశానికూర్మి నుండఁగ
నారామునికడకు నంత హరి సనుదెంచెన్. 11

క. చనుదెంచిన స్వాములకున్
వినయము గావింపు మిచట వీరల నిలువుం
డనినార ముపవనంబున
నునిచి మనసుభద్ర సేవ కొనరుపు మన్నన్. 1!

తే. వయసువారును జక్కనివారు వీరు
మనసుమర్మంబులేమియు మనకుఁ దెలిసి
యున్నయవి గావు సేవకు నునుపఁ దగునె
కన్నెనదియేమొ తెలిసికొమ్మన్న నతఁడు. 11

క. వీరు మహాత్ములు ఘను లప
చారం బగు నిట్టులాడ సంయములకు మున్
గోరిక వెలయఁగఁ గన్యలె
గారా శుశ్రూష సేయఁ గాఁ దగువారల్. 1

ఉ. నెమ్మది సంశయింప కిది నీవొనరింపు మటన్న నల్లె కా
నిమ్మని యమ్మునిప్రవరుఁ గృష్ణుఁడు దోడ్కొని ద్వార.
ప్రవేశమ్మొనరించి యంతిపురిఁ జయ్యనఁ జెల్లెలిఁ బిల్వ న

రా, వమ్మ సుభద్ర నీయభిమతార్థము లెల్ల ఫలించు నియ్యెడన్. 121

శా. కామాదిస్ఫురణంబు లెల్ల నడఁగంగాఁ జేసి ధన్యాత్ములౌ
స్వాములీ వీరలు వీరికిం బాదవు శేవక్ సేవ గావింపు మెం
తో మోదంబున నానతిచ్చి బలభద్రుండే నియోగించినాఁ
డేమో చెప్పితి నంచు నుండెదవు సుమ్మీ నీమదిన్ సోదరీ.

క. అని తత్కన్యాంతగపుర
వనవంజులకుంజసంజవనమునఁ గుహానా
ముని నుండఁ జేసి పలికెన్
నెనరు మదిం బొదల రుక్మిణీసత్యలతోన్. 123

క. అతఁ డెవ్వఁ డెఱుఁగుదురె మీ
మతిలోనన యుండ నిండు మనకుం దనపుం
బ్రతిమ యగుసుభద్రకు నై
యతివేషముఁ బూనియున్న యర్జునుఁడు సుఁడీ. 124

క. తనమదిలో నితఁ డర్జునుఁ
డని తెలిసి సుభద్ర సేవ కరుగక యున్నం
జని మీరతనికి భోజన
మొనరింతురు గాని యూరకుండెదరు సుఁడీ. 125

మ. అతనిం బూజ లొనర్పఁ డిప్పు డని నెయ్యం బొప్ప
గోపాలుఁ డానతి యీ నర్మిలి మ్రొక్కి నిన్నుఁ గని
యెన్నాళ్లో కదా యంచు వచ్చితివా యన్న కిరీటి కూర్మి
కలదా చెల్లెండ్రపై నంచుఁ దత్సతు లేకాంతమునం
బ్రియోక్తులను బూజల్ సేసి వీడ్కొల్పినన్. 126

తే. అన్నరుం డంత శ్రీకృష్ణుఁ డున్ననగరి
సరసఁ గన్నియరాణివాసమున నమరు
కేళివనిలోన నవరత్నకీలితంపు
బవిరిడాకులచిన్నియుప్పరిగలోన. 1

తే. తెఱవ నెఱవంకబొమలను మెఱుఁగువాఁడి
చూపులును జూచి తనచేతిసూటి రోసి
యస్త్రసన్యాస మొనరించినట్టిసుమశ
రాసనుం డనఁ జెలిమీఁదియాస నుండె. 128

క. అందుండి మనసులోన ము
కుందుం డీగతి నొనర్చుకుశలత కతఁ డా
నందమునఁ జెందుచుండఁగఁ
గొందఱు గారాబుచెలులు గొల్వఁగ నంతన్. 1

ఉ. చందురకావిపావడకిసాళిరుచుల్ సరిగంచుఁ జీరపై
జిందులు ద్రొక్క వేణికటిసీమఁ బయి న్నటియింప జాళు
యందెలు మ్రోయ జంటఱవికంటి చనుంగవ పిక్కటిల్లఁగ
జందనగంధి వచ్చె రభసమ్మున నమ్మునిరాజుసేవకున్. 1

ఉ. వచ్చిన దౌలఁ గాంచి తలవంచి జపంబు నెపంబు వెట్టి వి
వ్వచ్చుఁ డొకింతసేపు తనవంకఁ గనుంగొనకున్న మెల్ల నే
యచ్చట నిల్చి నిల్చి వినయంబునఁ జేరి కుచంబు లోరగా
హెచ్చినభక్తి మ్రొక్కి యనియెం జెలి యంజలిఁ
యింపుగన్. 1

ఆ. ఓమహానుభావ యేమి గావలె దేవ
పూజ కిపుడు పత్త్రపుష్పఫలజ

లాదికములు దెత్తునా యనవుడు నట్ల
సేయు మనుచు నతఁడు సేయి సూప. 132

సీ. తనయరుణాధరంబునకు నీ డివి యన్న
రమణ నేఱిచి పల్లవములు గొన్ని
తనతనూసౌరభంబునకు జో డివి యన్న
చందాన వెదకి పుష్పములు గొన్ని
తనమధురాలాపమునకు దీ టివి యన్న
పగిది నారసి తియ్యఁబండ్లు కొన్ని
తనలేనగవుతేటకును బాటి యివి యన్న
పోల్కి దేఱిచి హిమాంబువులు గొన్ని
తే. పత్త్రపుటికావిధూపలపాత్త్రికలను
దెచ్చి వినయంబుతోడ నందిచ్చె నపుడు
పసిఁడిగాజులమిసమిసల్ పైకిఁ బొలయఁ
జకితబాలమృగీచకచకితనయన. 133

ఉ. గెంటనిప్రేమ మేను పులకించెఁ గిరీటికిఁ బూ లొసంగి వా
ల్గంటి గిఱుక్కునం దిరుగఁ గమ్మని కస్తురితావి గ్రమ్ముకో
గిం బెపుగబ్బిగుబ్బలజిగిన్ వెలిఁ జిమ్మునొ యారిజిల్గుప
య్యంటచెఱం గొకింత దనయంగముపై నటు సోఁకి నంతటన్.

క. చేసె జప మతఁడు గడువి
శ్వాసము చెలిచూపుబేడిసలపై నిగుడన్
జేసినయది జపమున్ మఱి
వేసినయది గాల మనుట వృథగా కుండన్. 135

తే. భామమోమునవ్రేలురూపంబుఁ జూచి
ముదితయొడఁబాయకుండెడుమూర్తిఁ దలఁచి

రమణి మైపఁగ మైనవిగ్రహము నెంచి
పోవుమని వేఁడుకొను దేవపూజవేళ. 136

తే. వినతిఁ జేసిన భిక్షఁ గావింపుఁ డనిన
మాఱు వడ్డింప నివి దెత్తుమా యటన్నఁ
బల్కు నారాయణా యనుభాషణంబె
యల నిజాలకు సన్యాసివలె నతండు. 137

క. భయభక్తుల నిటు లాకృత
కయతిగ్రామణికిఁ గన్యకామణి శుశ్రూ
ష యొనర్పుచుఁ గొన్నాళ్లుం
డి యొకానొకనాఁడు తనదుడెందములోనన్. 138

ఉ. వాసవిరూపచిహ్నములవార్తలు మున్ విని యుండుదు
గదా, యానొబ గెల్ల నేఁడు గన నయ్యెడు వీరలయందు
నైన సన్న్యాస మసంగతం బగుమహాసుకుమారుఁడు
రాకుమారుఁడీ, గాసికి నోర్చునే కలరె కా మఱి మాని
బోలు మానుసుల్. 139

క. అని సంశయ మొకయించుక
యును లే కెప్పటివడువున యువతివతంసం
బనువుగ నతనికిఁ బూజన
మొనరించుచు నుండె నంతికోద్యానమునన్. 140

సీ. కరము సాఁచి నవాంబుకలశ మీవిడివడ్డ
కుంకుమాంకపుముద్దుఁ జంక మెఱపు
ననలుదేఁ బోఁ గాళ్ల బెనఁగు నంచ నదల్పఁ
జూచు జంకెనవాఁడిచూపు బెళ్కు

పూరెమ్మ వంచుచోఁ జాఱుపయ్యంట దాఁ
గిలిముఱాఁతలాడుగుబ్బలబెడంగు
పాలఁతి కాయో పండో పోయినపనియన్నఁ
జిలుకమాటకు నవ్వుసొలపుఁదేట

తే. మఱియు మఱియును జూడనే మనసువాఱి
వారికుసుమఫలంబులఁ దేరఁ జనుచుఁ
దొలుతటివి చాల వని యావధూలలామ
నే మనఁగ వచ్చు వివ్వచ్చునేమ మింక. 141

తే. లెమ్ము బంగారుకుండ జలమ్ము లనుచుఁ
దెమ్ము లతకూన మంచిసుమమ్ము లనుచుఁ
దెమ్ము బాగైనకొమ్మఫలమ్ము లనుచు
మించుఁబోఁణిని నేరుపు మించఁ బలుకు. 142

క. తుమ్మెదవలె నున్నది యిటు
రమ్మని నెఱికొప్పు నివిరి భ్రమసితిఁ దరుణీ
కమ్మవిరినల్లగలు వని
క్రమ్మఱ మఱుపెట్టుగుట్టు గన రాకుండన్. 143

క. నిద్దంపు మేలిసొమ్ములు
దిద్దినకస్తూరిబొట్టు దినచల్వలు నై
ప్రొద్దొకసింగారముతో
ముద్దియ చనుదేర మిగుల మోహాతురుఁడై. 144

చ. బలిమిని బట్టఁగాఁ దివురుఁ బట్టిన నొప్పక యిట్ట టన్నచోఁ
బలువు రెఱేంగిరేని నగుఁ బాటని కొంకుఁ దలం పెఱుం
గకే, కలయఁగఁ జూచుటల్ తగవు గాదని యుండు నతండు

కాంత నై, చ్చెలుల నొకింత పాసి తనచెంత మెలంగుచు
నున్న వేళలన్. 145

చ. అట జగదేకసుందరికి నై యతివేషముఁ బూని వచ్చినాఁ
డఁట తనచేయుభాగ్యమున సప్పువుఁబోణియె చెంత సేవ సే
యుట కని వచ్చియుండు నఁట యొక్కొకపట్టున నొంటి
పాటు నౌ, నఁట యతఁ డెప్పు డెప్పు డను టబ్బురమే మదిఁ
దత్తఱించుచున్. 146

ఉ. సుందరి రానిచో నెదురు సూచుచు నుండనె పట్టె వచ్చుచో
నిందునిభాస్యచక్కఁదనమే కని చొక్కుచు నుండఁ బట్టె నీ
సందడిచేతనే యరుగసాగెను బ్రొద్దిక వేళ యెప్పుడో
సందె జపంబు నర్చనలు సల్పుట కాకపటత్రిదండికిన్. 147

తే. వెలఁదికెమ్మోవిఁ గని జపావృత్తి మఱచెఁ
దరుణిలేఁగౌను గని హరిస్మరణ మఱచెఁ
గడమ యన నేల వేస మొక్కటియతక్క
మఱచె నన్నియు నాకృత్రిమత్రిదండి. 148

మ. ఒడ లుప్పొంగు నొయారిఁ జూడ జవరాలొద్దన్ మెలం
గన్ గగు,ర్పొడుచున్ ముద్దులగుమ్మగంధకుసుమంబుల్
చేతి కందిచ్చున,ప్పుడు వ్యాపారము లన్నియు న్మఱచు
నప్పూఁబోణి రాకుండినన్, గడెసే పొక్కమహాయుగంబు
కరణిన్ గన్పట్టు రాచూలికిన్. 149

[illegible]. ఆనందబాష్పములచే
నాని వధూహావభావనటనలఁ దనలోఁ
దాన తలపోయువానికి
సాన్నం బేమిటికి వేతె జప మేమిటికిన్. 150

. ఈరీతి నుండ నొకనాఁ
డారాజకుమారి యతని కాహార మిడఁగ
జేరి తదారామంబునఁ
గూరిమి నెచ్చెలులు వెంటఁ గొని తేరంగన్. 151

. వెస లలనామణి బంగరు
వెసలల దొంతరలు డించి వినయము మది కిం
పొసఁగఁగఁ గంకణరవములు
పొసఁగఁగ నారసి రసాన్నములు వడ్డింపన్. 152

చ. చిలుకలకొల్కి వేయెడమచేముడి గొల్పెడుజాఱుకొప్పునిం
పులుదులకింపు చుండుభుజమూలరుచుల్ జిలుఁగుంబయిం
టలోఁ, గులుకుమిటారిగబ్బిచనుగుబ్బలుఁ జూచుటెకాని
క్రీడి కర్మిలి మఱి లేదు భోజనముమీఁదియపేక్ష యొకిం
చుకేనియున్. 153

తే. రమణి యొయ్యారములపైఁ బరాకుచేతఁ
జవి యెఱుంగఁడు వడ్డించునవి యెఱుఁగఁడు
భోజనము సేసి లేచె నారాజసుతుఁడు
తృప్తి యేరీతి నుండెనో తెలియరాదు. 154

క. అపు డతిరయమునఁ బన్నీ
రపరంజిపసిండిగిండియంపుం గొని తాఁ
జపలాక్షి తెచ్చి యొసఁగం
గపటపుసన్యాసి ధౌతకరపంకజుఁడై. 155

క. నిగనిగనిచంద్రకాంతపు
జగతిపయిం గూరుచుండ జవ్వనివెనుకఁ

బగడపుఁగంబపుఁజాటున
మొగ మించుక గానిపింప మురువు నటింపన్. 156

శా. కంగుల్ దీరినపై తిణీలవిక చన్నట్టంటి రాణింపఁగాఁ
జెంగల్వల్ నెఱికొప్పునందు నొఱపై చెంతం గుబాళింపఁగా
బంగారందియ ముక్కునం గమిచి పైపై నంచ యల్లింపఁగా
సింగారం బగుముద్దుఁజిల్క తనకుఁ జేదోడు వాదోడుగాన్.

తే. ఏకతంబున వసియించి యిట్టులుండ
మదనమదనాగవలమానమానసాంబు
రుహుఁడు పురుహూతసుతుఁడు నేరుపునఁ బలికె
నాచకోరాక్షిఁ గ్రేఁగంటఁ జూచి యపుడు. 158

తే. చెలువ నిను రాజకీరంబు చెట్టవట్టెఁ
గలికి నిను రాజహంసంబు కాలుద్రొక్కె
మంచిశకునంబు లివిగో నామాటఁ జూడు
కన్నెయీలోనఁ బెండ్లి గాఁగలదు నీకు. 159

క. అనవుడు లజ్జావనతా
ననతామరస యయి వీరు నాఁగ మహాత్ముల్
తనసేసిన సేవకుఁ గా
మన మలరి వచించి రనుచు మది నుత్సుక యై. 160

తే. కురులు కెంపులబొగడల నెరయ దువ్వి
నిక్కఁజనుగుబ్బలఁ బయంట చక్కఁ జేర్చి
పలికెఁ గలకంఠి మోమునఁ దెలివి దొలుక
ముత్తియపుముంగఱ యొకింత మోవిఁ గదియ. 161

మ. అవుఁగా మీ రిట మున్ను గన్గొనినచాయ ల్లేవుగా నాఁట
నుం,డి విశేషంబులు గొన్ని మిమ్ము నడుగన్ వేడ్కయ్యెడు

న్నారు నెయ్యవి గన్గొంటిరి పుణ్యభూము లట రాజ్యం
బుల్ మనోజ్ఞంబు లెయ్యవి యేయేపురముల్ గనంబడియె
మీ కందంద మార్గంబునన్. 162

క. మీ రింద్రప్రస్థము గని
నారా పాండవులఁ జూచినారా సుఖులై
వారందఱు నొకచో ను
న్నారా వీరాగ్రగణ్యు నరు నెఱుఁగుదురా. 163

సీ. ఎగుబుజంబులవాఁడు మృగరాజమధ్యంబు
పుడికిపుచ్చుకొను నెన్నడుమువాఁడు
నెఱివెండ్రుకలవాఁడు నీలంపునికరంపు
మెఱుఁగుఁజామనచాయ మేనివాఁడు
గొప్పకన్నులవాఁడు కోదండగుణకిణాం
కము లైనముంజేతు లమరువాఁడు
బవిరిగడ్డమువాఁడు పన్నిదం బిడి డాఁగ
వచ్చు నందపువెన్నుమచ్చవాఁడు
తే. గరగరనివాఁడు నవ్వుమొగంబువాఁడు
చూడఁ గలవాఁడు మేలైనసొబగువాఁడు
వావి మేనత్తకొడుకు గావలయు నాకు
నర్జునుండు పరాక్రమోపార్జునుండు. 164

క. తడ వాయె భూప్రదక్షిణ
మడరింపఁగఁ బోయి యామహామహుఁడు పదం
పడి పుణ్యస్థలముల నె
న్నఁడు మీ రందందు నరుగ నరుఁ గానరు గా. 165

క. అన విని సమస్తభూములు
గనినారము తీర్థయాత్ర గావించునెడన్
గనుఁగొనినారము సంక్రం
దననందను ననిన ముద మెదం జెన్నొందన్. 166

ఉ. ఎచ్చటఁ గంటిరో విజయు నిక్కువ నిక్కువ మా నెఱాఁడుగా
యిచ్చటి కంచుఁ గోరికలు నీరిక లెత్త రసోక్తిఁ బల్కఁగా
నొచ్చెము లేనిబీర మెద నూరఁగ నూఱఁగ సాగె వెంటనే
పచ్చనిగింటివాఁ డపుడు పైఁదలిపైఁ దలిరాకుఁగైదువుల్.

ఉ. కోమలి యీగతి న్మదిఁ దగుల్పడఁ బల్కిన నవ్వి నిర్జర
గ్రామణిసూను మీరెచటఁ గంటిరొ యంటివి కన్నమా
త్రమే, యే మని చెప్పవచ్చు నొకయించుక భేదము లేక
యాయనే, మే మయి యున్నవారముసుమీ వికచాంబుజ
పత్త్రలోచనా. 168

ఆ. తీర్థములను గ్రుంకి దేవతాసేవలు
చేసికొనుచుఁ బెక్కువాసరములు
గూడి యతఁడు మేము గోకర్ణమునయందు
నుంటి మనిన మచ్చెకంటి యలరి. 169

క. ఎక్కడ గోకర్ణం బన
నిక్కడి కది యెంతదూర మింతకు నతఁ డీ
చక్కటికి వచ్చునో లే
కక్కడనే యుండి యవలి కరుగునొ చెప్పఁడా. 170

క. అని రాజవదన మాటికి
ననురాగము తేటపడఁగ నాడెడుమాటల్

విని జేజేరాకొమరుఁడు
వనజేక్షణ కనియె వలపు వడ్డికిఁ బాఱన్. 171

క. వేమారు గ్రుచ్చి గ్రుచ్చిపు
డే మీ వడిగెదవు మన సొకించుక నీ కా
భూమీశుమీఁదఁ గలదో
తామరసదళాక్షి నాకు దాఁపక చెప్పుమా. 172

ఉ. అక్కఱతోడ మంతనమునం డిటు వేఁడెదు గాన నెంతయు
న్నిక్కము గాఁగఁ దెల్పఁ దగు నీకటు లైన సురేంద్రసూతి
యా, దిక్కున నున్నవాఁ డనుచుఁ దెల్పినతోడనె మాట
లాడకే, యెక్కడఁ బోదువో యని యొకించుక సంశయ
మయ్యెడుం జెలీ. 173

క. ఆకవ్వడి యతివేషముఁ
జేకొని యున్నాఁడు నీకుఁ జెంతనె యెన్నా
ళ్లో కలదు వచ్చి యింకను
నీకీలక మించు కైన నీ వెఱుఁగవుగా. 174

క. నీకై తపంబుఁ జేసెద
నీ కైవడి దాఁప నేల యే నర్జునుఁడన్
లోకోత్తరశుభలగ్నం
బో కోమలి నేడు గోర్కు లాడఁగూర్పఁగదే. 175

ఉ. నా విని యావినీలకచ నవ్వుమొగం బటు గొంత వంచి యెం
తే వెఱ నివ్వెఱన్ మునిఁగి యాతనిఁ బార్థునిఁగా నొకింత
మున్, భావమునం దలంచియును నమ్మక యమ్మకచెల్ల!
యూరకే, సేవ లొనర్చుచుంటి నని సిగ్గున దిగ్గున లేచి
పోవఁగన్. 176

తే. ఏల పోయెదు నిలునిలు బాల యనుచుఁ
జిఱునగవు నెమ్మొగంబునఁ జెంగలింపఁ
దమకమున లేచి మఱు లేచి తత్కరాంబు
జం బొడిసి పట్టెఁ జే సాఁచి సవ్యసాచి. 177

క. పట్టినమాత్రనె దేవకి
పట్టికరాబ్జము లలాటపట్టిక చెమటల్
వెట్టె గగుర్పొడిచెం జను
కట్టొకయిసుమంత వీడెఁ గట్టుంగొంగున్. 178

క. మఱఁ డపుడు బేసితూపులు
ధరియించియు నేమి చెప్పఁ దరుణి న్నరునిన్
సరికోలలఁ బడ నేసెన్
గోరవంక రొదల్ చెలంగఁ గ్రొన్ననవింటన్. 179

క. ఆరీతిం జేపట్టి వ
రారోహన్ వేదిమీఁదికై రాఁ దిగువన్
దూరము వెస నరుగక యొ
య్యారముగా నమ్రవదన యై యుండంగన్. 180

క. ఏమును చూచి యెఱుఁగ నిను
నీమును ననుఁ జూచి యెఱుఁగ వీవును నిపుడీ
ప్రేమలు వినుకలినేపై
పై మన కిర్వురకుఁ బర్వెఁ బర్వేందుముఖీ. 181

ఉ. శారికహారికంకణము సద్దున కంటుట గాదు కేలుమం
జీరఝుళధ్వనికిఁ జేరుట గాదు పదంబు లంచవా
గ్ధోరణిమాధురీమహిమకున్ శుక మానుట గాదు చెక్కులో
సారసగంధి నాకొఱసు సారెకు వేఁడెదుజాడ లన్నియున్.

క. చిలుకలకొలి కిది నాతోఁ
బలుకంగాఁ గొంత సిగ్గుపడియెడు ముంజే
చిలుకా నీతో నైనను
బలుకంగా రాదె పలుకు బంగారఁటవే. 183

మ. రతికిన్ భారతికిన్ వినోదకథలం బ్రాగల్భ్యమున్ జూపి త
త్ప్రతులం గూరిచి మాటవాసిఁ గను పెద్దల్ గారె మీవార
లా,చతురత్వం బిట గొంత గానఁబడ నీచంద్రాననన్ గూర్చి
నన్, బ్రతికింపంగదె ముద్దుఁగీరమ సుధాబంధూభవద్గీరమా.

ఉ. చంపకగంధిమోవి సరసం బగుబింబ మటంచు వట్టితే
లింపు చెలుంగుతోఁ దమి దలిర్పఁగఁ బల్కినఁ జెక్కుఁగీఁటి ని
న్నింపున ముద్దుపెట్టుకొని యెన్నఁడు మన్ననసేయ నున్నదో
పెంపుడుఁజిల్క నిన్ను దనిపింతుఁజుమీ చెలి నన్ను నేలినన్.

క. అని కేళిశుకముఁ బలికిన
మన మలరం గలికి వలికె మాటలతియ్యం
దన మింతం తనఁ గూడని
తనయధరసుధాసమగ్రతం దెలుపంగన్. 186

తే. మేరలా యివి మీయంతవారలకును
బెద్ద లున్నా రెఱింగి వారె పెండ్లి సేయఁ
గలరు వేగిరపా టింత వల దటంచు
విన్నపము సేయరాదె యోచిన్ని చిలుక. 187

తే. అని యుచితరీతి వెలయఁగ నాడునాతి
రసికముద్రకు మిగులమానసము గరఁగ
పైపయిం బ్రేమ యగ్గలం బై పెరుంగ
నవ్వధూటి నొడంబడ ననుఁ గిరీటి. 188

క. మీవా రెఱుఁగుట యెన్నఁడు
గావించుట యెన్నఁ డింకఁ గళ్యాణంబుల్
నీ వేల జంపు నడ పెదు
రావే నూరాడ కిందు రాకేందుముఖీ. 189

సీ. నన్ను గాంధర్వంబునను బెండ్లి యాడవే
సి గ్గేల పడియెదే చిగురుఁబోణి
రతిఁ దేల్చి మదనసామ్రాజ్య మేలింపవే
తల యేల వంచెదే జలజగంధి
చెలులు వచ్చెదరు నాతలఁపు లీడేర్పవే
తడ వేల చేసెదే ధవళనయన
మది నిచ్చగించి నామనవి యాలింపవే
కడ కేల పోయెదే కంబుకంఠి

తే. మనసు దాఁపంగ నేటికే యనుపమాంగి
చలము సాధింప నేటికే చంద్రవదన
మాఱుమాటాడ వేటికే మధురవాణి
చింత సేయంగ నేటికే దంతిగమన. 1.

క. గబ్బిమరుం డోఱ వెఱుఁగక
గొబ్బునఁ బైఁ బడును నీవుఁ గూడనివార్తల్
సుబ్బినఁ గార్యం బెక్కుడఁ
దబ్బిబ్బో కాక పూర్వతనుబిబ్బోకా. 191

క. మీఁదట్ వియోగసాగర
మీఁదట్ గలవా లతాంగి యే మెఱుఁగ వయో
యీఁదా డన్నను మదనుఁడు
కోఁదా డనువాఁడు బిగువు కొనసాగునొకో. 1

క. ఏలే యాలేఖ్యాకృతి
యేలే ప్రాలేయకరముఖి చూడ వయో
యేలే శైలేయస్తని
యేలే బాలేందునిటల యే లాఁతినఁటే. 193

సీ. ఆహార మింపౌకుచాగ్రమానక యున్న
నాహార మింపుగాఁ దబ్జవదన
చెఱకుఁబా లొదవువాతెఱ యీనిచోఁ గంతు
చెఱకుఁ బాలౌదునే చిగురుఁబోఁణి
కళలు దేరెడునెమ్మొగంబు ముద్దిడ కున్నఁ
గళలుదేరవు సుమీ కంబుకంఠి
వలతేనిదురమున నలరింప కున్న న
వ్వల రే నిదుర రాదు కలువకంటి
తే. నేఁడు గాదు గదే ప్రేమ నీకు నాకు
నాటి యున్నది మఱిఁజిన్న నాఁటినుండి
యిటుల నేకాంతసమయ మెన్నఁటికి దొరకు
నేల తప్పించుకొనియెదవే లతాంగి 194

మ. అని బాహాపరిరంభసంభ్రమరసాయత్తైకచిత్తంబునన్
దను వీక్షింప నెఱింగి యందియలమ్రోఁతన్ గేకినుల్ గా సఖీ
జను లేతెంచి రటంచు వే మొఱఁగి హస్తంబున్ విడంజేసి నే
ర్పునఁ దప్పించుక పోవ భూవరుఁ డనుం బూఁబోఁణికిం
గ్రమ్మఱన్. 195

క. కలహంస కేకిశుకములు
పిలపిల నేతేర నీవు పెంచిన వనిగా

తలఁచెదవు మరుఁడు పైఁ గా
వలిఁ బెట్టిన దెఱఁగి తిరుగు వనజాతముఖీ. 196

క. వెలిదమ్మికలువకొలఁకుల
యెలదెమ్మెర లోలయ వాని నెగఁ బోయుచు నో
చెలి జుమ్మని విరహులకుం
దలదిమ్ము ఘటించుఁ దుమ్మెదలది మ్మిచటన్. 197

సీ. కలకంఠి నీకటాక్షము గల్గ నిన్నాళ్లు
మరుశిలీముఖముల సరకు సేయ
నతివ నీయాభిముఖ్యము గల్గ నిన్నాళ్లు
చందమామ నొకింత సడ్డ సేయ
రమణి నీప్రియవచనము గల్గ నిన్నాళ్లు
కలికి రాచిలుక లక్ష్యంబు సేయఁ
గోమ నీకరావలంబము గల్గ నిన్నాళ్లు
లేమావిచిగురాకు లెక్క సేయఁ

తే. జూడక మొగంబు ద్రిప్పి మాటాడ కిపుడు
చేదిగిచి పట్టుక పరాకు చేసినపుడె
యేమి పుట్టునొ కైలాట మింకమీఁద
మగువ దయ లేక విడనాడఁ దగునె నీకు. 198

క. మొక మెఱుక గలదు గదవే
మకరాంకునియనుఁగు మేనమామకు నీకుం
దికమకలు సేయ వల దను
మకటా మేడపయి కేఁగునపుడైనఁ జెలీ. 199

వ. అని యనేకప్రకారంబులం దనమనోరాగంబు తేటపడం
కినఁ జెలుల నఱియు నెపంబునం బరాకు చేసికొని చిఱు

చెమట క్రమ్మిన నెమ్మొగంబు మకరందబిందు కందలితారవిందంబు చందంబునం దనర నరవీఁడుకుచ్చిళ్ల నెత్తి. చెక్కుచు నొక్కింత జాఱుపయ్యంటఁ జక్కం జేర్చుచు నొక్కింత వదలు వేనలి నలవరింపుచుఁ గొండొక చెదరుపాపటఁ గుదురు కొల్పుచుఁ జక్కెరవిల్తుం డెక్కడ వెన్నాడునో యను భయంబునంబోలె నించుకించుక తిరిగి చూచుచు ననుగత కేకిహంసంబులపై వెగటునంబోలెఁ జలించుచు నియ్యోళవు పకియలకుం జెప్పకుమని రాచిల్కకుఁ బ్రియంబు సెప్పుచు మగతేటి యంటియంటనిప్రసూనకలకపోలిక నరవిరి బాగుతో సోలికప్పురంపుటనంటుల నంటుద్రాక్షపందిరుల తెరువులఁ బూదేనె కాలువలు దాఁటి చెంగలువ బావుల డగ్గఱి కుంకుమనీటికేళాకూళియోరవట్టి వట్టివేళ్ల చప్పరంబులనీడ వ్రీడాభరం బీడిచికొని పోవ నివ్విధంబున. 200

ఆఘనునిఁ బాసి మంజీ
రాఘోషము మెఱయ నరిగె నంతగఁపురికిఁ
వేఘనజఘనతళుక్కన
మేఘము నెడఁబాసి పోవుమెఱుపో యనఁగన్. 201

ఎటువంటినేర్పరి నిశా
ఎటునల్లుఁడు నడుమ నిల్చి వెడసింగిణిచే
ఏటు చూ పిటు నిటు చూ పటుఁ
ఏటురయమున నేసె నాసుభద్రార్జునులన్. 202

ోపమగువారి బెదరించి కూర్ప నేర్చుఁ
హాడిమనువారిఁ దమి గొల్పి కూర్ప నేర్చుఁ

గొమ్మలకు మగలకుఁ బెండ్లి గూర్ప నేర్పు
జగతి నెంతటియుపకారి శంబరారి. 203

ఆశ్వాసాంతము.

శా. దాక్షిణ్యాకరమూర్తి షోడశమహాదానాదిపుణ్యక్రియా
దాక్షా యాశ్రితదీనరక్షణకళాధౌరంధరీసత్కృపా
వీక్షా శాశ్వతకీర్తివైభవరమాభృచ్ఛోళసింహాసనా
ధ్యక్షా దుర్గమరాట్కిరీటదళనైకాక్షేయకౌక్షేయకా. 204

క. కలహారంభణకౌతూ
హలపులకితభుజపరాక్రమార్జితనానా
జలదుర్గవనీదుర్గ
స్థలదుర్గాహార్య దుర్గసామ్రాజ్యనిధీ. 205

భుజంగప్రయాతము.—

అరాతిక్షమాభృద్భిదాంచత్కృపాణా
నరాధీశ్వరాకారనాళీకబాణా
స్థిరానందనారామసేవాధురీణా
విరాజచ్చతుష్షష్టివిద్యాధురీణా. 206

గద్యము. ఇది శ్రీసూర్యనారాయణవరప్రసాదలబ్ధప్రసిద్ధసార
స్వతసుధాసారజనిత యశోలతాంకూర చేమకూర లక్ష్మణా
మాత్యతనయ వినయధురీణ సకలకళాప్రవీణాచ్యుతేంద్ర
రఘునాథభూపాలదత్తహస్తముక్తాకటకవిరాజమాన వేంకట
కవిరాజప్రణీతంబయినవిజయవిలాసం బనుమహాప్రబంధంబు
నందు ద్వితీయాశ్వాసము.

శ్రీ

విజయవిలాసము.

తృతీయాశ్వాసము.

శ్రీధుర్యశౌర్యధైర్య
క్ష్మాధరమూర్ధన్య యాదిగర్భేశ్వర వి
ద్యాదికవితరణదీక్షా
రాధాసుత యచ్యుతేంద్రరఘునాథనృపా.

తే. అవధరింపుకథాకర్ణనాతివేల
హర్షులైనట్టిదివ్యమహర్షులకును
తతసమస్తపురాణకథాశతాంగ
సూతుఁడై విలసిల్లెడుసూతుఁ డనియె. 2

క. ఆరీతి నంతిపురమున
నారీతిలకము సఖీజనంబులు గొలువం
జేరినపిమ్మట మదిలోఁ
గూరినపిమ్మట విరాళిఁ గొని నరుఁ డుండెన్. 3

తే. కృష్ణననుమతి రుక్మిణీకీరవాణి
వచ్చి భోజన మిడఁ దల వంచి యగ్గ
లంబయినచింత వలసియొల్లమి నతండు
సొగటులను బోయి కసిగాటులుగ భుజించె. 4

తే. మునుపు నైఁపదు సంతోషమున భుజింప
వెనుక నైఁపదు చింతచేతను భుజింప
బాలకడ నున్నయపు డెడఁబాసినపుడు
నొక్కతీ రయ్యె భరతవంశోత్తమునకు. 5

ఉ. ఎక్కడఁ జప్పు డైనఁ దరలేక్షణ వచ్చె నటంచు లేచు నే
దిక్కున నల్కు డైన సుదతీమణిప ల్కని యాలకించు నే
చక్కిఁ దళుక్కుమన్న నలజవ్వనిమైసిరి యంచుఁ జూచు న
మ్మక్క కిరీటిమోహాసముదగ్రత నేమనవచ్చు నయ్యెడన్. 6

ఉ. చక్కెర కెంపుమోవిఁ గని సారెకుఁ జిల్క మొగంబు వేఁడఁ
గాఁ, జొక్కపుఁజిల్వకప్పుజడఁ జూచి మయూరము లబ్బు
సాడఁగాఁ, జక్కనితమ్మిపూ వడుగుజాడలఁ గన్గొని రాజ
హంసముల్, త్రొక్కుడుపాటు చెందఁగ వధూమణి వచ్చుట
లెంచు నెమ్మదిన్. 7

తే. మారుతమ్ములవాడికి మలయకూట
మారుతమ్ములవేఁడికి మట్టుమీఱు
చంద్రకిరణమ్ములకు శుకశారికాళి
చంద్రకిరణమ్ములకుఁ జాల జలదరించు. 8

చ. విరహిణులం గలంపఁ గలవీరులు వీ రని తమ్ముఁ జేరన
య్యురుకుచవాలుఁజూపులకు నోడుట నంకము కాఁగ మీ
నముల్, హరిణమునట్లనే తమశరాంశులు నోడెనా కళా
బాలికల్, గరఁపఁగ రాదె యేల ననుఁ గ్రాఁచెద రీమకరైణ
లాంఛనుల్. 9

క. ఇన్నాళ్లు సేవ సేయుచు
నున్నదియుం బోయె నేఁ డయో కౌఁగిలి యి

మ్మన్నంతఁ జదువఁ బెట్టఁగ
నున్నమతియుఁ బోయె నను టహో నిజ మయ్యెన్. 10

తే. అంతిపురమున కరుగుచో నింతి తిరిగి
యోరగాఁ జూచునపుడు శృంగారరస మ
పారముగ నుబ్బ జాలెత్తె నౌర దాని
చలమనోహరలోచనాంచలమ చెలమ. 11

సీ. అర్జునుం డను నేనె యని తెల్పినంతనే
మిట్టిమీానై పడె మేలుఁతచూపు
గాంధర్వమునఁ బెండ్లి క మ్మనునంతనే
పచ్చకప్పూర మయ్యె భామపలుకు
బలిమి మైఁ బట్టంగఁ దలకొనునంతనే
యొకబండి కల్లయ్యె నువిదపిఱుఁదు
సొలపుఁబయ్యెదఁ దేఱి చూతు నన్నంతనే
పచ్చపూసాయెఁబో పడఁతియారు

తే. పేరు వివరించి నే నేల బేల నైతిఁ
గోర్కి యొఱఁగించి నే నేల గోల నైతి
బలిమిఁ బైఁ బడి నే నేల బయటఁ బడితి
బత్తి గనిపించి నే నేల పలుచ నైతి. 12

సీ. తెలివ కస్తురి చుక్క దీర్చి వచ్చినటెక్కు
గిఱునామము నాటితీరుఁ గేరుఁ
దన్వంగి వలిపంబుఁ దాల్చి వచ్చినఠీవి
వన్నె గట్టిననాఁటిచెన్నుఁ దన్ను
వాల్గంటి కీల్గంటు వైచి వచ్చినచెల్వు
జడ యల్లుకొనునాఁటిసవురు జౌరు

నొయ్యారి మెఱుఁగుసొమ్మూని వచ్చినసీటు
మణిభూష లిడునాఁటిమట్టుఁ దిట్టు

తే. నాతిరాయంచగుమి గూడి నడుచుమురువు
చెలులు గొల్వంగఁ జనునాఁటి సొలపు నలఁపుఁ
జక్కఁదనముల ప్రోవైనచంద్రముఖికి
నిచ్చలపురూపు లెస్సైన నింపు నింపు. 13

ఉ. మిక్కిలి తేఱిచూడ మిఱుమిట్టులు గొల్పుఁ జరించునప్పు డ
మ్మక్క దళుక్కునన్ మెఱసిన ట్లగు నే మన వచ్చు నద్దిరా
చొక్కపుఁబైఁడిబొమ్మ యనుచున్ జను లాడిన నాడి రింతెకా
కెక్కడిదోయి పో యలమృగేక్షణమేనికి నక్కడానికిన్. 14

ఉ. చిత్తజుఁ డల్గి తూపుమొనచేసిన జేయఁగ నిమ్ము పైధ్వజం
బెత్తిన నెత్తనిమ్ము వచియించెదఁ గల్గినమాట గట్టిగా
నత్తరళాయతేక్షణకటాక్షవిలాసరసప్రవాహముల్
కుత్తుకబంటితామరలకుం దలమున్కలు గండుమీలకున్. 15

క. అని తాల్మిఁ బాయు సేవకు
నని యెప్పటివలెనె తిరిగి యరుదేర దొకో
యని యాస సేయు వచ్చిన
నన్నతోదరి నింక విడువ నని తలపోయున్. 16

సీ. విరహాగ్ని కోర్వక విధి దూఱుకొనెడు తాఁ
దపసివేషం బేల తాల్చినాఁడు
కడలేనిసెకలఁ గందెడుఘనోదయవేళఁ
దెలిసియుఁ దా నేల వలచినాఁడు
శుకశారికార్భటులకుఁ దల్లడిలెడు తా
నుపవనంబున నేల యుండినాఁడు

కరగతస్వము పోవుకరణిఁ జింతిలెడుతా
వెలఁది నేటికిఁ బట్టి విడిచినాఁడు

తే. నేరముల నెంచెద మటన్న నేరికైనఁ
గలవు పరికించి చూడ నందులకు నేమి
యంగసాంగత్యపారవశ్యమునఁ గాక
యొఱఁగి యుండిన నతఁడు చేయేలవిడుచు. 17

తే. ఉనికి శృంగారవన మఁట యొంటిఁ దగిలె
నఁట విరహి యంట యెంత సేయఁడు కిరీటి
నసమశరుఁ డింకఁ దనవైరి యగులలాట
లోచనుని గెల్వ నని దయఁ గాచెఁ గాక. 18

క. ఇటు లాతఁ డుండఁగా న
క్కుటిలాలక యంత నచటఁ గుసుమశరార్తిఁ
బెటిలిపడి పాన్పుపై న
ట్టిటు వడి తనలోనఁ దానె యేకాంతమునన్. 19

క. ఏఁ గోరినచెలువుఁడె ననుఁ
దాఁ గావలె నంచు వచ్చి దగ్గఱి వేఁడం
గౌఁగిలి యీ కిట వచ్చితి
నోఁ గా దని పెనఁగి యెంత యవివేక మయో. 20

ఉ దిగ్గున లేచి న న్నతఁ డతిప్రమదంబునఁ జందమామజా
నిగ్గుటరంగుమీఁదికయి నెమ్మిఁ గరాబ్జము వట్టి యీడ్చినన్
బిగ్గఁ గవుంగిలించి సుఖనీరధిఁ దేలఁగ నీక నా కయో
సిగ్గను పేర వెంటఁ బడఁ జెల్లు నొకో ప్రతిబంధ మయ్యెడన్.

క. తొల్లిటివలె సేవఁకు బోఁ
జెల్లునె మావారు పెండ్లి సేసెద రిదిగో

నెల్లిఁ దమ కంచుఁ బలికితి
నెల్లిద మగుఁ గాడె తిరిగి యేఁ బై కొన్నన్. 22

సీ. ననుఁ దా వలచిపడ్డనలకువల్ దీరంగఁ
గైసేయ నెన్నఁడు గలుగునొక్కొ
పెనఁగి చే విడిపించుకొనిన నేరమి పోవఁ
గెలన నెన్నఁడు నిల్వఁ గలుగునొక్కొ
ప్రియ మెఱుంగక యడ్డపెట్టుతుందుడుకువోఁ
గల్యాణమెన్నఁడు గలుగునొక్కొ
మోహతాపము దీఱ మోవిచక్కెరపాన
కమున నెన్నఁడు దేల్పఁ గలుగునొక్కొ
తే. యొంటి శృంగారవనములో నునిచి వచ్చి
నట్టినెంజిలియెల్ల వో నానృపాల
తిలకుఁ జేర్పంగ నెన్నఁడు గలుగునొక్కొ
యాముకవిసినకుచకుంభసీమయందు. 23

క. అని యెంచరానికోర్కులు
మనమునఁ దలపోసి భావమగ్నతచేతం
గనుమూయుఁ గలసినట్టులు
గని సంతస మందుఁ దెలిసి కళవళ మందున్. 24

సీ. ఉదయాద్రి యొరగలి నొరసి మీఁద వెలుంగు
జలజారి వేఁడివెన్నెలలు గాయ
హరుకంటిసెగ కోర్చి యాఱి తేఱినమారుఁ
డలరుఁజిచ్చఱవాఁడిములుకు లేయఁ
బాముకోఱలతోడ సాము చేసినగాడ్పు
విసపువిత్తై సోఁకి వెగటు చూపఁ

క్రౌంచాచలముపోటుగంటి దూరినరాజ
హంసము ల్వడి హాళాహాళులు సేయ
తే. వేగునంతకు వలవంత వేఁగునంత
నంతిపురమునఁ బ్రమదవనాంతరమునఁ
గృష్ణకృష్ణా యటంచు నాకీరవాణి
రామరామా యటంచు నారాజసుతుఁడు. 25

క. చెలులు ప్రసంగవశమ్మున
నలరెం గడువిజయభవన మనిన న్నవలా
దెలియ వినుం గలయఁ గనుం
బలుమఱు బా గౌఁ గిరీటిపచ్చ లటన్నన్. 26

క. మనమున నున్నది మొగమునఁ
గనిపించుం గాన గట్టిగా మదిలో న
ర్జునభావ మునికి నప్పు డ
ర్జునభావము మొగమునందు సుదతికి నిల్చెన్. 27

సీ. పులకించె మే నేమి తలఁచుకొంటివె యంచు
మేలంబు పచరించె మిత్రవింద
యిన్నాళ్లవలె మన సిచ్చి మాటాడవే
యెందు దృష్టి యని కాళింది దెగడెఁ
జెలి పెండ్లికతఁ జెప్పఁ జెవి యొగ్గి వినవేమి
కలదు లే యని గేలి సలిపె భద్ర
వలపువాసన మించెఁ గలికి నీమొగ మంచుఁ
ద్రస్తరి నెఱపె సుదంత కొంత
తే. జాంబవతి నవ్వె లక్షణ సరస మాడె
నే లగడు సేసెదరె ముద్దరాలి ననుచుఁ

బలికె రుక్మిణి సత్యక న్గిలిపె నపుడు
చిన్నిమఱఁదలిమోహంపుఁజిన్నె లెఱిఁగి. 23

క. అంగన యిన్నాళ్లును ముని
చెంగటికిం బాఱిపాఱి సేవలు గావిం
పంగాఁ బోదువు నేఁ డటు
తొంగియుఁ జూడ వతఁ డేమి దోసము సేసెన్. 29

ఉ. అక్కఱఁ జూడ వేటి కల యచ్చిక బుచ్చిక సేయు నంచలం
జెక్కిలిగొట్టి దేమిటికిఁ జేరఁగ వచ్చినముద్దుఁజిల్కలన్
ముక్కుమొగంబుఁ జూడ కటు ముట్టను బొమ్మనె దేల
బోట్ల నో, చక్కెరబొమ్మ నీవెగటుజాడలఁ జూచిన వింత
లయ్యెడున్. 30

ఉ. ఎవ్వనిఁ జూచి మేలుపడితే యరవిందదళాక్షి నీమనం
బెవ్వఁడు సొచ్చెఁ జెప్పఁగదవే మదకోకిలవాణి నిన్న నేఁ
డెవ్వనిచెల్వు నీయెదుట నెన్నఁ బడెన్ వినతాంగి నేనె కా
కెవ్వరు నీకుఁ బ్రాణపద మేటికి దాఁచెదవే తలోదరీ. 31

ఉ. బాలసమీరణంబు పయిపాటున నించుక సోఁకినం గడుం
దూలుచు నుండుఁ గౌ నల వినోదపుసుద్దులముద్దుఁజిల్కపై
వ్రాలినఁ గందుఁ గేలు పువువంటిది నీనును మే ని దేగతిం
దాళు నయో వియోగశిఖ దా నెదలోఁ దరికోఁ దలోదరీ.

క. అని వారికి వారందఱు
మనమునఁ దోఁచినటు లాడుమచ్చికమాటల్
విని సిగ్గున నయ్యేలజ
వ్వని యూరక యున్న నపుడు వారలలోనన్. 33

ఉ. లేంకఁగ నేలుకోఁ గలదులే మగనిం దరితీపు నేసి మీ
నాంకునిపాద మాన మన మాదట వేఁడిన మాఱు వల్కఁగాఁ
గొంకెడు నంచు మీ రిపుడు గోలని చూడకు రమ్మ నేర్చుఁ
బో, చంకలబిడ్డ లూడిపడ సారసలోచన మాటలాడఁగన్.

తే. క్రాఁగి యున్నది మిగుల నంగంబు చూడఁ
గలవరించుచు నున్నది కలవొ యేమొ
నోఁకు డల్లసన్న్యాసికే చూపవలయు
భామ నని పల్కె నాసత్యభామ నగుచు. 34

క. ఈలీల నుండి మన మిటు
మేలము లాడంగ నేమి మిడిమేలమొ యం
చాలో సత్య సుభద్రహి
తాళుల కిసుమంత యారహాస్యముఁ దెల్పెన్. 36

క. గుసగుసలఁ బోయి వలపుల
కిసమస లని తెలిసి రసికకిసలయపాణుల్
బిసకిసలకుసుమవిసరము
పెసమసలక తెచ్చి శిశిరవిధిలాలస లై. 37

శా. పన్నీటన్ జలకంబు లార్చి చలువల్ పైఁ గట్టగా నిచ్చి మే
న న్నిండారఁగఁ జందనం బలఁది విన్నాణంబుగాఁ గప్పురం
పు న్నామం బిడి క్రొమ్ముడిన్ విరిసరంబుల్ నించి హారావళుల్
చన్నుంగ్రేవలఁ దార్చి రప్పుడు చెలుల్ చంద్రాస్యకు న్నేర్పు
నన్. 38

సీ. బోటి మధువ్రతంబులకు దండము వెట్టి
మకరంద మధరబింబమునఁ జిల్కెఁ

జెలి గంధవహంబున కంజలిఁ జేసి నెత్తావి
పువ్వుగుత్తు లురోజమున నమర్చె
నాళి బిసాహారపాళికిఁ బ్రణమిల్లి
నవమృణాళములు బాహువులఁ గూర్చె
సకి గెందలిరుదిండులకు వందన మొనర్చి
చిగురుటాకులు పాదయుగళిఁ జేర్చె

తే. సరఁగ నిటు లంగజును మాఁబ్రసాద మనుచుఁ
బంచసాయకదేవతాబలము నెల్ల
వేఁడికొని తగినట్లు కావించి రపుడు
చంచలాక్షికి శిశిరోపచారవిధులు. 39

తే. కలయఁ బన్నీరు చిలికి శ్రీగంధ మలఁది
విరులు పైఁ దార్చ నపు డొప్పెఁ దరుణి మేటి
మగని నరు గెల్వ వలరాచమూవటీఁడు
పూజ సేసిన యగ్గజరాజ మనఁగ. 40

ఉ. అంగనగుబ్బచన్నెఱుఁగుటందపు మేలిపసిండికుండలం
బొంగఁ దొడంగెఁ జొబ్బిలఁగఁ బూసినగందము తాపవహ్నిసం
పంగికటారివీరునకుఁ బాలును బియ్యము లేనిపొంగలో
పొంగ లటంచు నయ్యలరుఁబోఁడులు సారెకు గేలిసేయఁగన్.

పంచచామరము.—

మెఱుంగుఁబోఁడి కిట్లు చల్వ మేర మీఱఁ జేసినం
గుఱంగట న్నిలంగ రాక కూర్మి వెచ్చ హెచ్చఁగాఁ
దుఱంగలించుచింతతోడ దూఱె పల్కి రంత వే
మఱున్ మఱున్ మరున్మృగాంకమత్తకోకిలాదులన్. 42

క. విరివింటివాఁడవు గదా
శరణాగతు లైనపాంథజనులను రక్షిం
తురు గా కిటుల నుపేక్షిం
తురె పైకము గూడఁ బెట్టఁ దొడఁగుచు మదనా. 43

క. అలరువిలుకాఁడ వమృతము
చిలికెడునెల యేలు సామిచేఁ గాదె వియో
గుల నేచఁగ విండ్లమ్ములు
గలవారికిఁ దోడు చల్లకడవలవారే 44

ఉ. చక్కనివారిలో మిగులఁ జక్కనివాఁడవు గాన నీకె నా
చక్కనివారిఁ జంద్రుని వసంతునిఁ గూరుచు కొంటి వంద మా
జక్కెరవింటిరాజ యొకసక్కె మదే మని కూర్చుకొంటి వ
మ్మక్క యరూపకం బయినయాయొలదెమ్మెర నాలిబూతమున్.

తే. రమకు నట్టింటిపగవాఁడు కమలవైరి
కంసుఁ బోలినయుగ్రశేఖరుఁడు వాఁడు
మేనమామ మని చూడకు మాను చెలిమి
యకట పైవచ్చు చెఱుఁగవే హరికుమార. 46

క. తరుణిమయితావి యీసునఁ
బురికొల్పెదునిన్ను గందపుంగొండ యిటుల్
పురికొల్పెనె తానుం దా
మరకొలఁకులరమయ మలయమరుదంకురమా. 47

క. తెమ్మెర నీ కెం తెమ్మెర
గమ్మనివిలుకానిదొరవు గ మ్మవి నెలఁ బై
ర మ్మని యలిపికశుకనిక
ర మ్మని గా నిలిపి ముందరఁగ వచ్చితివా. 48

పంచచామరము —

జోహారు మీకుఁ జల్లఁ గాఁగఁ జూడుఁడో సమీరకం
జహారులార మంట మాని శంబరారిఁ గూడి యీ
గోహారు సేయ నేల యీచకోరలోచనన్ భుజం
గహారుపాప మాన మీకుఁ గాఁక లింక రేఁచినన్. 49

క. వల పెక్కడ లేదా యీ
యలికుంతలతలనె వేగె నా యేఁచ కికం
జలికాలఁ ద్రోచి విడువుము
చెలి మిక్కిలి మనసువేద శీతలపాదా. 50

చ. శివుఁ డిటు ర క్షటంచు దయ చేసినచోఁ దల కెక్కె తుగ్రవై
భవమునఁ జూచుచో నడుగు వట్టితి వే మన వచ్చు నీగుణం
బవు నవు నందినన్ సిగయు నందక యున్నను గాళ్లఁ బట్టుకొం
దువు హరిణాంక వేలకోలఁదుల్ గద నీనడకల్ దలంపఁగన్.

తే. కలశవారాశిఁ బుట్టుట క ప్పెనయుట
శైలచాపశిరోధివాసంబుఁ గనుట
యెవ్వరికి నంటరాకుంట యెఱిఁగి కాల
కూటమన నేమి నినుఁ జంద్ర నేఁటనుండి. 52

తే. భువనజాతార్తికరమూర్తి వవుట కడలి
కడలి గరళంబు నిన్ను నొక్కటిగ నెంచి
త్రాగుతలఁబోసికొమ్మని వేగ హరున
కిచ్చె నీరుచి యిఁక నెంచ నేల చంద్ర. 53

ఉ. చక్కెరవింటిరాజు నగచాపునితో నెదిరించి పడ్డనాఁ
డెక్కడ నుంటి వీవు మధుఁడెక్కడనుండెను మందమారుతం

బెక్కడ నుండె సిగ్గు వడరే మిపు డాతఁ డదృష్టరేఖచే
రక్కని క్రమ్మఱం బ్రతికి రాఁగ వజీర్లయినారుగా శశీ. 54

మాకలకంఠియు నీవును
నేకగ్రీవముగ నుందు రిన్నాళ్లు నయో
కోకిల యిపు డే లలఁచెదు
నీకగు నే యిగురుఁబోఁడి నెత్తురు ద్రావన్. 55

కొమ్మపయిఁ బక్షపాతము
నెమ్మెయి నెఱపుదు విదేల యేఁచెద వకటా
కమ్మఁగ నవాతుచక్కెర
క్రమ్మఁగ మా టాడుఠవగ కలకంఠవరా. 56

కల్లరి త్రాఁచు నిప్పుకలు గైకొను కేకి చకోరపాళికిం
జెల్లినఁ జెల్లుఁ గాక సరసీజబిసంబు లిగుళ్లు మేసి భా [గాఁ
సిల్లెదు మీ కయోవిషము చిల్కఁగ వేఁడిమి గుల్కఁ బల్కఁ
జెల్లునె యోమరాళపిక శేఖరులార వచింపుఁ డింపుగన్. 57

రాచిలుకా కోమలి దెసఁ
జూచితె శ్రుతికటువు లనెడు శుకనామము మీ
కేచాడ్పునఁ దగు వల దిఁక
మాచెలిఁ గెరలించి తేని మాటలు వచ్చున్. 58

మదనగుణం బని చాలఁగ
మది నమ్మితి మిట్లు మొరయ మరియా దగునే
యదియును గాక మదాళులు
గద తుమ్మెదలార వెగటుగా నాడెదరే. 59

అని బహువికారనికారమమకారచమత్కారంబులు గానం
బడ నీప్రకారంబున. 60

క. శరదబ్జముఖులు మాటికి
శర దబ్జముఖుల్ దలంపఁ జాల్ నిలుఁ డంచుం
దరుణీమణి వేసరి యా
స్తరణసుమాదులను జూపి తాపముచేతన్. 61

సీ. ఈక్రొవ్విరులు గ్రోలు నెలతుమ్మెదలు చెక్కు
చెమరింప కున్నవా చిగురుబోఁడి
యీకెంజిగురు మెక్కు కోకిలానీకముల్
వసివాడ కున్నవా వనజగంధి
యీనిండువెన్నెల లానుచకోరముల్
గసుగంద కున్నవా కంబుకంఠి
యీతూండ్లు భుజియించుజాతియంచలు సొట
సొటలు వోకున్నవా శోభనాంగి

తే. తెలిసి రా రమ్మ కలదు సందియము చాల
నులికి పడ కవి లెస్సలై యుండెనేని
వజ్రకాయములే యౌను వానికెల్ల
నపుడు విరహులయవధికి నవధి లేదు. 62

క. చలిగాలి గర్వ మణఁపం
గలిగెం జిలువ లని యుండఁగా వానిపయిం
గలిగె శిఖావళము లయో
చెలి తప్పులె వాయుసఖము శిఖ యనువార్తల్. 63

తరల.—

అగము లెక్కుచు మిన్ను ముట్టు చహంకరించుబలంబుతో
మృగమదంబు నడంగఁ జేయుచు మేనికప్పు చెలంగఁగాఁ

బగలు మీఱఁగఁ బాంథకోటుల బాధవెట్టుచు నుండు నీ
తోఁగ తగుల్ వెడవింటిబోయకుఁ దోఁడు వచ్చినవాఁడపో.

క. మకరందరసముఁ జిల్కెడు
చికిలిలకోరీలు చెఱకుసింగిణివిల్లుం
బ్రకటించియు నిది యేమో
మకరాంకుఁడు చేఁదువగలు మానఁడు చెలియా. 65

చ. చిడిముడిపాటుతోఁ జెఱకుసింగిణిఁ బూని మధుప్రియత్వ మే
ర్పడుగతిలావు లున్నహరిపైని జివుక్కున నెక్కి యుక్కునన్
వెడలెడుచందుఁ జూచి తమి నేఁ డిదిగో వధ మాచరించుఁ బెం
పడరి లతాంగి పచ్చితురకౌఁగద యమ్మదనుండు చూడఁగన్.

తే. అనినఁ బవనుండు మనకు లో నైనవాఁడు
తోయజారాతిమనుజులత్రోవ రాఁడు
కాముతూపులు వెంద్రుకఁ గట్టఁబడును
జామ యేటికి నూరక జలదరింప. 67

తే. అనుచు నూఱడఁ బల్కి తత్ప్రాణసఖులు
దేవకీదేవి కీమాట దెల్ప కున్నఁ
గా దనుచుఁ జేరి చెలియున్న గాథ దెలిపి
రంతయటమున్న తెలిసి మురాంతకుండు. 68

. తల్లిని దండ్రి నాత్మజులఁ దమ్ముల రమ్మని యేకతంబునం
దల్లకిరీటి యున్నతెఱఁ గందు సుభద్రకు నైనమోహముం
దెల్లముసేసి మున్ మనమదిం గలయట్లనెయయ్యె నంచు రం
జిల్లి హలాయుధుం డెఱుఁగఁ జేయఁగ రాదుగదా వివాహ
మున్. 69

క. తనశిష్యుం డని దుర్యో
ధనునకు నీవలచి సమ్మతంపడఁ డటు గా
వున నిందుకుఁ బశుపతిపూ
జనమని యొక టిపుడు గద ప్రశస్తం బయ్యెన్. 70

చ. ఇరువదినాళ్లు రేపు మొద లిందుధరోత్సవలీల లచ్చటఁ
జరిగెడు నేఁటి కెన్మిదవనాఁటికిఁ బెండ్లిముహూర్త మవ్విధూ
వరులకుఁ దెల్పి సల్పుఁడు వివాహవిధుల్ హాలి గానకుండఁ దీ
వరమున లగ్నవేళ కిటు వత్తు నటంచు నమర్చి దేవకిన్. 71

క. అంతటఁ బశుపతిపూజకు
నంతటఁ జాటంగఁ బనిచి హరి యరిగెఁ బ్రలం
బాంతకు వసుదేవుని ము
న్నంతర్ద్వీపమున కేఁగు మని యావెనుకన్. 72

క. యదువృష్ణిభోజకులజులు
గదలి రపు డనేకబాలికామణిభూషా
మృదులపరిధానపరిమళ
విదితమహైశ్వర్యధుర్యవిభవోన్నతులై. 73

ఉ. ఈగతి నంతరీపమున కెల్లజనంబులతోడ నేఁగి యం
దాగమవేద్యశాలికి నతామరపాళికి నిందుమాళికిం
ద్యాగము భోగముం జెలులయాటలుపాటలు నిత్యకృత్యమై
సాగఁగఁ జూచుచుండి రల శౌరియు సీరియు సంభ్రమంబునన్.

తే. అంత నిచ్చట ద్వారకయందు దేవ
కీసతీమణి తాను రుక్మిణియుఁ బెండ్లి
పెద్దలై యర్జును సుభద్రఁ బెండ్లికొడుకుఁ
బెండ్లికూఁతునుఁ జేయ నపేక్షఁ జెలఁగి. 75

ఉ. కట్టిరి మంచిలగ్నమునఁ గంకణముల్ కరపంకజంబులం
బెట్టిరి మేనుల న్నలుఁగు మేలిమృగీమదకుంకుమంబులం
జుట్టిరి కైశికంబుల విశుద్ధమనోహరపుష్పమాలికల్
పట్టిరి పేరఁటాండ్రు ధవళంబులు పాడుచు నుల్లభంబులన్.

శా. ఇన్నాళ్ళొప్పిది యొనర్పఁ గేళివనిలో నిం పొందు నమ్మాధవీ
పున్నాగంబుల పెండ్లి సేయవలెఁ బూఁబోండ్లార రారే యటం
చు న్నేర్పుల్ దగ నొండొరుం బిలిచికొంచున్ సత్యభామా
దివి,ద్యున్నేత్రామణు లప్పు డిర్వురకు విందుల్ సేసి రందం
దులన్ 77

క. అంతర్వాణి పురోహితుఁ
డంత వివాహోచితక్రియాకాండం బా
ద్యంతము గావించుట కై
సంతసమునఁ జేరి యున్న సమయమునందున్. 78

. సంపంగిమానె యంటెన్
శంపాంగి కిరీటి కొకతె చనుదోయి పిసా
ళింపం గిల్జడ కటి నటి
యింపన్ గిటగిటని కా నొకింత చలింపన్. 79

. కలశ స్తని మణికంకణ
కలశ స్తనినాద మొలయఁ గా నొకతె వడిన్
దలఁ బ్రామి పసిఁడికొప్పెర
జలములు చెలు లంది యొసఁగ జలకం బార్చెన్. 80

యవిభాతి —
చలువ లొసఁగెన్ సరగఁ జెలువ యపు డొక్కరితె
వలఁతితన మొప్ప నొకపొలఁతి తడి యొత్తెన్

గొలఁది గ జవాది నొకవెలఁది తలఁ బూసె నొక
జలరుహదళాక్షి సిగ కలరుసరి చుట్టెఁ
దిలక మిడియె న్నిటలఫలకమున నొక్కరిత
తెలి నిలువుటద్ద మొకచెలి నిలిపె మ్రోలఁ
గలయ జవరా లొకతె మలయజ మలందె నొక
లలన విసరెఁ సురటి యలనరున కర్థిన్. 81

తే. ఒరగ వేసినసిగ వింత యొఱపుఁ జూచి
బవిరి దిద్దినచెంపలబాగుఁ జూచి
వడి గొలిపి యున్న మీసము బెడఁగుఁ జూచి
యపుడు తమలో సుభద్ర నెయ్యంపుఁజెలులు. 82

క. వాసవి త్రిదండివేసము
వేసి గదా మేలు సేసె వెస జన్నిదమే
వేసికొనవచ్చు నీసిగ
వేసికొనం గూడ దొండు వేసము లైనన్. 83

క. దండము కాషాయంబును
గుండికయును మాని పెండ్లికొడు కై నాఁ డా
ఖండలునిముద్దుఁగొడుకు ప్ర
చండరుచి న్నేఁడు మంచిసన్న్యాసముగా. 84

మ. యతివేషంబున నిన్ని నాళ్లు మనయుద్యానాంతరక్షోణి ను
న్నతఁ డా యీతఁ డదేటిమాట కనుఁగోమం దెన్నఁ డేనీతను
ద్యుతి యీరాజస మీ మొగంబుకళ లీయొయ్యార మీవీ
క్షణా,మృతలీలాభినయంబు లీసొగసు లీమీసాలలో
నవ్వులున్ 85

ఈమహిమ యెందుఁ గలదే
భూమండలిలోన నితఁడె పో చక్కనివాఁ
డోమగువలార మును విన
మా మన్మథు నతని మేనమామ న్మథునిన్. 86

క. ఈరాజు సేవఁ జేసిన
వారికి గద భాగ్య మీభువనమోహనశృం
గారునితోఁ గూడం గల
నారీమణి దే సుమీ జనన మూహింపన్. 87

ఆ. మంచిమగఁడు వలయు నంచుఁ గోరుచు నుండ
మంచిమగఁడు గలిగె మఘవసుతుఁడు
మనసుభద్ర సుకృతమహిమ యే మనవచ్చు
మనసు భద్ర మయ్యె మనకు నెల్ల. 88

తే. అని నుతింప నలంకృతుఁ డగుచుఁ గొంతి
గూర్మికొడు కుండ బంగారుకుండ యైన
కన్యకారత్నమున కాప్రకారముననె
శిరసు మజ్జన మొనరించి చిగురుఁబోండ్లు. 89

ఉ. భామకుఁ గప్పుదేరు తెగబారెఁడు నిద్దపుసోగవెండ్రుకల్
వేమఱు దువ్వి భారమున వెన్కకు జాఱఁగఁ గొప్పు వెట్ట నో
హో మఱి వేయువెట్టినటులొప్పె నదేమనవచ్చు నౌఁగదా
తామరసాక్షి కెందుఁ దలిదండ్రులు వెట్టనిసొమ్ము పెన్నెఱుల్.

క. స్వకపోలకల్పితమనో
జ్ఞకళాగతి కెట్టు లౌను సరి చాయాచో
రకరుచిసందర్భం బని
ముకురము నగుకరణి నవ్వుమోము చెలంగన్ 91

ఉ. అద్దము చూచి చంద్రముఖి యందముగాఁ దిలకంబుకస్తురిన్
దిద్ది యనేకరత్నమయదివ్యవిభూషలు దాల్చి యయ్యెడన్
ముద్దులు గుల్కు కుందనపుముక్కలిపీఁట వసించెఁ దమ్మిపూ
ముద్దియగద్దియంబోలుచుముద్దియ యుద్ది యనన్ శుభోన్న
తిన్. 92

చ తనయునిపెండ్లి కేఁగవలె ధాత్రికి దిక్కులవారి నెల్లఁ దో
డ్కొని చనుదెమ్ము నీ వని కడుం గుఱి సేసి సురాధినాథుఁడ
వ్వనపతి కంపినట్టిశుభవార్తల బంగరుఁగమ్మచుట్ట నా
దినకరమండలం బపరదిగ్గిరికూటముఁ జేరె నయ్యెడన్. 93

క. నందకుమారానుజ యఱు
తం దననందనుఁడు గట్ట దైవతపతి వే
డ్కం దెచ్చుతాళిబొట్టనఁ
జందురుఁ డరుణారుచిఁ బ్రాగ్దిశం గన నయ్యెన్. 94

సీ. కులదేవతను దెచ్చి నిలిపిరి మాణిక్య
చకచకల్ గలపెండ్లిచవికెదండ
నైరేనిఁ గొనివచ్చి రైదువ్రల్ పాటలు
పాడుచు శుభవేళ వేడు కలరఁ
బులుకడిగినముత్తెముల బాసికంబులు
సరవిఁ గట్టిరి నేర్పు సంఘటిల్లఁ
దలఁబ్రాల కేర్చి ముక్తామణుల్ నించిరి
పసిఁడిపళ్లెముల సంభ్రమము మీఱఁ
తే. బణవశంఖధమామికాపటహకాహ
ళారవంబులు నెఱపిరి బోరు కలఁగ

సకలవినియోగములజనుల్ సకులె గాఁగ
నంతిపురమున నుత్సవం బయ్యె నపుడు. 95

తే. తడవు సేసె ముహూర్తంబు దగ్గఱించె
నేమొకో యన్న రాఁడని యెదురుసూడఁ
దనదుగారాబుఁజెలియలిమన సెఱింగి
మాటలోపల వచ్చె నమ్మాధవుండు. 96

క. ఒక రొకరి నెఱుఁగ కుండఁగ
నొకరివెనుక నొకరు వచ్చి రొక నెపమున నా
నకదుందుభిసారణసా
త్యకులును బ్రద్యుమ్నసాంబు లక్రూరాదుల్. 97

. హరి వచ్చునంతలో నా
హరియుం జను దెంచెఁ దనయుఁ డాత్మఁ దలంపన్
సుర లచ్చరలు మహర్షీ
శ్వరులు నరుంధతియు గురుఁడు శచియున్ దానున్. 98

ఉ. చక్కెరవింటిరాజు నెకసక్కెము లాడఁగఁ జాలు నెక్కుడుం
జక్కఁదనంబు గల్గునెఱసాహసపుంగొమరుండు మ్రొక్కఁ గా
నక్కునఁ జేర్చి మే నివిరి యాదల మూర్కొని చొక్కు
చుండె లో, నెక్కొనువేడ్క నిక్కుచెవినీలనినెక్కువజీరుఁ
డయ్యెడన్. 99

మ. సుముహూర్తం బిదె లెం డటంచు గురుఁ డచ్చోఁ దెల్ప
దేవేంద్రుఁడుం, దమదేశంబున నుండి తెచ్చినసువర్ణక్షౌమ
కోటీరము,ఖ్యమణీభూషలతోడ బాసికము సింగారించి
మందారదా,మము కంఠంబునఁ జేర్చి పెండ్లికొడుకుం
బ్రాగ్దంతి నెక్కించినన్. 100

వ. అయ్యవసరంబున. 101

సీ. ఉపరిభాగనిరంతరోన్నమితము లైన
ముత్యాలగొడుగుల మొత్త మలర
నుభయపార్శ్వముహుర్ముహుశ్చాలితము లైన
వింజామరలకలాపుంజ మమరఁ
గళ్యాణవైభవకర్ణేజపము లైన
తూర్యనాదములచాతుర్య మొనరఁ
బృథులప్రదక్షిణార్చిర్మేదురము లైన
దివ్వటీలసమష్టి నివ్వటిల్ల

తే. నపుడు ప్రద్యుమ్నుఁడు జయంతుఁ డవల నివలఁ
బసిఁడిబెత్తంబులను బరాబరులు సేయ
నడచి వచ్చిరి హరిపురందరులు మ్రోల
సంభ్రమంబున మందహాసంబు దొలఁక. 102

చ. అనిమిషభావ మీసమయమందు ఫలించె నటంచుఁ గోరికల్
వెనుకొనఁ బైనపైన పడి వే తటకాపడి యుర్వశీవిలా
సిని మొద లైనయచ్చరలు చెంతలఁ జేరి సహస్రదృక్తనూ
జుని యెడలెల్లఁ గన్నులుగఁ జూచిరి మానసముల్ గరంగఁ
గన్. 103

ఉ. దేవకియింట నుండి యిటు దీర్ణతఁ బెండిలికూఁతు రున్నభో
జావనిజానిజానిజగృహాంగణసీమకు నేఁగి యెంతయున్
ఠీవి ఘటిల్ల సాత్యకి వడిం గయిలా గొసఁగం గిరీటి యై
రావతమున్ డిగెన్ ద్విజపురంధ్రులు ముత్తెపుసేసఁ జల్లఁగన్

తే. నరవరోత్తముఁ డటు శుభోత్తరముగాఁగఁ
గుడిపదము మున్నుగా నిడి కడప దాఁటి

యారతు లొసంగ దీవన లావహిల్ల
మోదమున నేఁగెఁ గళ్యాణవేదికడకు. 105

శా. శ్రీరంజిల్లఁ బసిండి పెండ్లిచవికం జేరంగ నవ్వేళఁ గ
న్యారత్నంబును దోడితెచ్చిరి జనానందంబుగాఁ బాడుచున్
పేరంటాండ్రురుమంత్రవర్ణపఠనాప్తిన్ గర్గుఁడున్ దేవతా
పౌరోహిత్యధురంధరుండు శుభమొప్పన్ మ్రోలనే తేరఁగన్.

క. మెత్తుముగదె మన మెపుడుఁ ది
లోత్తమచక్కఁదన మీతలోదరియెదుటన్
మెత్తఁబడె దానిచెలువని
యత్తఱి గుసగుసలఁ బోయి రచ్చర లెల్లన్. 107

తే. వేయుఁగన్నులు వలయుఁ బోవీరిఁ జూడ
నని కవుల్ దంపతులచెల్వు వినుతిసేయఁ
గాదు పదివేలకన్నులు గావలెనని
చూచుచుండె సహస్రవిలోచనుండు. 108

చ. కలరొకొ యెవ్వరైన నవుఁ గాదని యడ్డము పల్కువార లీ
యిల మఱేఁ దా నెఱుంగనటు లెంతటిమాయలకాఁడు
కన్యకా, తిలకము దార వోయ వసుదేవునిఁ గట్టడ సేసి
వేయికన్నులుగలవేలుపుంబలెఁ గనుంగొనుచుండె మురారి
చెంగటన్. 109

క. మధుకరవేణులు కొందఱు
మధురోక్తులు వెలయఁ దెర యమర్చిరి సరగన్
మధుమథనజనకుఁ డంతట
మధుపర్క మొసంగె నృపకుమారాగ్రణికిన్. 110

తే. దేవకి యొసంగఁ గా వసుదేవుఁ డపుడు
చంద్రకాంతపుగిండి గొజ్జంగనీటఁ
బసిఁడిపళ్లెములోఁ బదాబ్జములు గడిగి
తనదు మేనల్లునకుఁ గన్యధార వోసె 111

ఉ. సూరెలఁ జేసి యష్టమహిషుల్ దగువారు నొసంగ నావలం
గోరిక నిక్కి నిక్కి కనుఁగొంచు సుపర్వు లెసంగ వాద్యముల్
బోరు కలంగ నంగములు పొంగ వధూవరులం గడానిబం
గారపుమెట్టుఁ బ్రాలపుటికల్ గదియించిరి గొంద ఱైదువల్.

క. వడిఁ దెఱవల్ దెర వంపం
బడఁతుక నగుమొగము గానఁబడియెఁ గాంతల్
తడఁబడఁగ శరన్మేఘముఁ
బెడఁబాసి చెలంగుచంద్రబింబమువోలెన్. 113

క. అమృత మొలుకునధరంబునఁ
గుముదచకోరముల నేలుకొనుశుభదృష్టిఁ
గమలములకళలు గైకొను
రమణీమణిముఖముఁ దెఱచి రా జన వలయున్. 114

చ. పొలయలు కందు వేఁడుకొనుపొందికఁ దెల్పెడులీల సిగ్గుదొ
ట్రిలినముఖాబ్జ మెత్తి మెడక్రిందికి హస్తయుగంబుసాఁచి వే
నలిఁ దెమలించి సౌఖ్యకలనస్థితి గట్టిగఁ బట్టి కట్టెన [డన్.
వ్వెలఁదుకకంఠసీమఁ గురువీరుఁడు మంగళసూత్ర మయ్యె

చ. తమతమవార లొండొరులదండఁ గరంబుల ముత్తియంపుబ
ళ్లెము లిడి చేయిమీఱఁగవలెం జుమి నీకని యెచ్చరింపఁగా
నమితముగా సుభద్రపయి నర్జునుఁ డర్జునుపై సుభద్రయుం
దమిఁ దలఁబ్రాలు వోసి రెలనవ్వును సిగ్గును లోఁ దొలంకగన్.

తే. అగ్ని సాక్షిగఁ బెండ్లాడినట్టి ప్రియవ
ధూటియును దాను బంగారుపీఁటమీఁద
నుచితగతి వెలయంగఁ గూర్చుండి పాక
శాసని చెలంగె దీవించి సేస లిడఁగ. 117

తే. మృగమదము చెంతఁ గుంకుమరేఖవోలె
నీలమణిపొంత నుదిరిపాస్రేకువోలె
మేఘముకుఱంగటను దీఁగెమెఱుపువోలె
నర్జునుని చెంగట సుభద్ర యలరె నపుడు. 118

చ. కలుగుఁ గలావిశేషము జగంబునఁ బెండ్లి యటన్న నెట్టివా
రల కటువంటిపట్ల నెలప్రాయము రూప మొయార మూని షే
ర్కలిగిన రాచకూఁతు రఁట రాకొమరుండఁట యేమి
చోద్యమో, సొలపుమిటారిసిగ్గరులు చూపరచూడ్కికి
విందు సేయుటల్. 119

కం. అంతటఁ బౌలోమీమఘ
వంతులకుం బెండ్లికొడుకు వందన మిడఁ ద
త్ప్రాంతమునఁ బెండ్లికూఁతురు
గొంతటు తల వంచి మ్రొక్కఁగొంకుచు నున్నన్. 120

శా. ఎంచం గాఁదగు నత్తమామలను దా నిల్వేల్పులంగా మనః
ప్రాంచద్భక్తిని సాధ్వి యందు రది మీపట్లన్నిజం బయ్యె నేఁ
డంచుం జీరి శచీపురందరుల కాహ్లాదంబుగాఁ బల్కి మ్రొ
క్కించెన్ దేవకి యప్పు డర్ధహిమరుగ్బింబాలికన్ బాలికన్.

మ. ప్రణయం బొప్పఁగఁ గృష్ణునిం గని సుపర్వస్వామి యీ
సర్వలక్షణముల్ కల్గినకన్య మంచివరునిం గాఁ జూచి యీ
నేర్పు నైపుణి మీకె తగునంచుఁ బల్కఁ బరమాప్తుల్

మీరు రాఁగా విజృంభణవృత్తిఁ నెఱవేఱెఁ బెండ్లి యని
యప్పద్మాక్షుఁడుం బల్కఁగన్. 122

సీ. వియ్యంపుమర్యాద వేగుఁజామున శచీ
జాని బువ్వాన భోజనము సేసి
గుమగుమవాసించుకుంకుమకస్తూరి
యమరవల్లభునిహస్తమున కిచ్చి
గంబూర గుల్కఁనతాంబూల మింద్రుఁ డం
దుకొనదో సేనానిదోయిట నిడి
పీతాంబరముల విప్పి యనేకములు వజ్రి
చేతిసంజ్ఞ జయంతుచేతి కొసఁగి

తే కేలఁ గేల్వట్టి కొన్ని వాకిండ్లు గడచి
రాఁగ విచ్చేసి యుండుఁడు రా వల దని
బలిమి బలభేది యెదురుగ నిలిచి మ్రొక్క
వేడుక మురారి కేల్మోడ్చి వీడుకొలిపె. 123

క. అంతకు మునుపే హరి య
త్యంతకుతూహలముతోఁడఁ దగు మేరల న
య్యంతగపురిభోజసుతా
కాంతను బౌలోమి ననుపఁ గట్టడ సేసెన్. 124

తే. రుక్మిణీదేవితమయ త్తమ్రోలశచికిఁ
బసిఁడిగిన్నియఁ గస్తూరి యొసఁగ నామె
చేఁ దిగిచి దేవకీదేవిమీఁదఁ జిలికి
వదినెగా రని యొకకొంత వావి నెఱపె. 125

ఉ. వీయపురాల వైతి గదవే యిపు డత్తవు తొంటివాని నో
తోయజనేత్రుఁ గాంచినవధూమణి నీసుతఁ బెండ్లియాడఁగా

నాయము నాకుమారునకు నర్మిలి హత్తఁగ నత్త వావిచే
నాయువు గల్గువాఁడవు నటంద్రు శుభంబగు దీననెంతయున్.

తే. అని సరసలీల నుడుగర లంది యపుడు
పారిజాతంబుకతన మున్ బరిచయంబు
చాలఁ గల్గుటఁ బ్రియముతో సత్యభామ
తనకు మ్రొక్కిన నింద్రాణి నెనరుతోడ. 127

ఉ. చెల్లెల లెస్సలా పెరటిచెట్టుగ నాటినపారిజాత ము
త్ఫుల్లనవీనసూనములతో విలసిల్లుచు నున్నదా సదా [బు
యుల్లము దానిమీఁదటనె యుండును నాకది ప్రాపుఁ బ్రోపుఁ
ట్టిల్లును జొచ్చి నిల్లునయి వృద్ధి నొసంగెడు నీకునెంతయున్.

క. అని యుచితోక్తుల వారల
మనములు రంజిల్లఁ జేసి మన్ననతో న
య్యనిమిషలోకాధీశ్వరు
ననుఁగుంబట్టంపుదేవి యరిగిన యంతన్. 129

తే. ఏల యాలస్య మిఁక నిందుఁ బ్రోలు సొచ్చి
నాగవలి సేయుదురుగాక వేగ కదలి
పొండు దంపతు లని ధనుష్కాండరథహ
యంబుల నొసంగి నరుఁ బయనంబుసేసి. 130

ఉ. చంద్రకిపింఛలాంఛనుఁడు చంద్రిక లీనెడునవ్వుమోముతో
నింద్రజురాక ధర్మజున కేర్పడఁగా శుభలేఖ వ్రాసి వే
చెంద్రిక పెట్టి యందుపయిఁ జెంద్రికవన్నియపాలు సుట్టి ని
స్తంద్రత దానెముద్రయిడి చారులచేఁబనిచెన్ రయంబునన్.

క. ఈరీతి నన్ని యమరిచి
యారాతిరె యేఁగి శౌరి యడఁకువ నుండెన్

సీరికడ దేవకియుఁ దన
గారాబుఁగుమారి నంపఁ గా రమ్మనుఁడున్. 132

తే. అత్తవారింట సకలభాగ్యంబు లున్న
మగనిమీఁదఁటఁ దన కెంత మక్కువున్న
నాఁడుఁబుట్టువు పుట్టింటి కాసపడును
గావున సుభద్ర యొకతీరుగాఁగ నుండె. 133

తే. తల్లిదండ్రులు గారానఁ దన్నుఁ బెనుప
వదినెలన్నలుఁ గడుగారవంబు నెఱప
నల్లయూరంత బలఁగంబునందు నుండి
యొకతె నెడబాసి పోవ నెట్లోర్చు మనసు. 134

క. అట్టులఁ దొంగలిఱెప్పలఁ
దొట్టెడుబాష్పములతోడఁ దొట్రిలుముద్దుం
బట్టిఁ గని కడుపు చుమ్మలు
చుట్టఁగ నది మట్టుపఱచి శుభ మొనరంగన్. 135

తే. వింతఁటే యేమి మేనత్త గొంతిదేవి
కోరి వేడుక బెండ్లాడినారు మీర
లొండొరులు నీవిభుండు లోకోత్తరుండు
దొరకెను సుభద్ర మంచికాఁపురము నీకు. 136

క. ఈలోనఁ జూడవచ్చెద
మేలే చింతిల్లె దనుచు నెంతయుఁ బ్రేమన్
గేలం గ్రొమ్ముడి దువ్వుచు
బాలన్ దీవించి తల్లి పనుపన్ వేడ్కన్. 137

మ. సకియ ల్గొందఱు వెంట వచ్చి మణిభూషల్ చక్కఁగాఁ దీర్చి
చెంద్రికపూవన్నియజిల్గుఁ జేల కటినెంతే గట్టిగాఁ జుట్టి పెం

ఢ్లీకుమారుండు కరాగ్ర మూఁత యొసఁగఁగ వ్రీడావతిం దేరి
మీఁదికి నెక్కించిరి మందహాసకలనా దేదీప్యమానాస్యలై.
తే. అటులఁ దేరెక్కి దంపతు లరుగఁ జూచి
జనులు రతిమన్మథులు వీర లని తలఁచిరి
హరితురంగము లించువి ల్లలరుతూపు
లంద యుండంగ సందియ మంద నేల. 139
ఉ. పచ్చనిపచ్చడంబుదొర పంపినత్రోవనె పోవునంతలో
నచ్చటఁ దెల్ల వాజి నిటఁ డర్జునుఁ డీమె సుభద్ర వీరిఁ బో
నిచ్చిన మాట వచ్చు బలకృష్ణులచేతఁ నటంచుఁ దారు తా
రెచ్చరికై పృథుశ్రవసుఁ డేలిక గాఁ గలప్రోలికాపరుల్.
. అలబలము లసంఖ్యములై
అలబలములు సేయుచుండ నప్పుడు గలఁకం
గలకంఠీమణి రిపుమద
కలకంఠీరవుని ధవునిఁ గని వికసిత యై. 141
ంచచామరము —
హుటాహుటిన్ హలాయుధుం డహో మహోగ్రుఁడై తనం
తటం దటాన నిప్పు డీవిధం బెఱింగి వచ్చునో
ఘుటాఘుటీల నెల్ల ద్రోవఁ గట్టి పట్టఁ బంచెనో
యటో యిటో యెటో భటోద్భటార్భటుల్ ఘటిల్లెడున్.
తే. తెరుగడపఁగ మాయన్న దిద్దె నన్ను
నేయ నేరిపె వింట నొక్కింత నాకు
నావదినె సత్యభామ మున్నరక యైన
నిలిచి మున్నరకాసురు గెలిచెఁ గాదె. 143
అని రాజకన్య గావున
మనమునఁ గలధీరతయును మమతయుఁ దెలుపన్

విని యట దరహాసంబున
నునుఁజెక్కిలి చికిలిగోట నొక్కుచు వేడ్కన్. 144

క. న న్నెవ్వనిఁగాఁ జూచితి
కన్నియ నీచేయునంత కార్యం బిట నే
మున్నది చూడుము చెండెద
ఛిన్నాభిన్నములు గాఁగ సేనల నెల్లన్. 145

వ. నీవేడు కేల గాదనఁ
గావలె నటువలెనె తేరు గడపు మటంచున్
చేవిలునమ్ములుఁ గైకొనె
నావిజయుఁడు సమరసన్నాహనదోహలుఁ డై. 146

ఉ. అంతటిలోఁ బృథుశ్రవసుఁ డాదిగఁ గల్గినవీరయోధు ల
త్యంతకఠోరతోమరశరాసనబాణకృపాణపాణులై
పంతము లాడుచుం బదరి పైఁబడఁ జూచుబలంబు లెల్లఁ దా
మంతట నంతట న్నిలిపి యడ్డముగం జని యాధనంజయున్.

ఉ. స్యందనమున్ దురంగములు శౌరివె పో బలరాముచెల్లె లీ
యిందునిభాస్య యీమె నెట కెత్తుకపోయెదు రాకుమార
యే, మందురు యాదవుల్ వినిన హా యిటువంటివె రాచ
వారితోఁ, బొందులు గానకుండఁ గొనిపోఁ దగవా మిము
వంటివారికిన్. 148

క. అనుటయు నే మీకనినం
గనకుండిన నానఁ బూనఁగలరా మీరల్
మనవలసిన నీమాటలఁ
బనిలేదు చనుం డటంచుఁ బైఁ బడి రాఁగన్. 149

ఆ. రాకురాకు మనెడిరట్టడితనములు
పోకుపోకు మనెడిపొగరువగలు

పొడువు పొడువు మనెడి బెడిదంపుబీరముల్
విడువు విడువు మనెడివీఁక లెసఁగ. 150

ఉ. ముందరవెన్క నీకరణి ముంచుకొనం జలియింప కిం పొన
ర్పం దరళాక్షి దేరుగడపన్ గడకంటనె పాఱఁ జూచి విం
టం దొడి యేయుటల్ బయ లొనర్పక యెంతటి నేరుపౌరపౌ
రందరి యందఱన్ శరపరంపర వెంపరలాడె నయ్యెడన్. 151

సీ. కొండలవలెనున్న కొమ్ముఁగత్తులభద్ర
 దంతావళముల మొత్తములు బలసి
యంబుధితెరలచందంబునఁ దుటుములై
 భాసిల్లుకంఖాణబలము లొదవి
విరివియై మేఘముల్ పెరిగి వచ్చిన జోక
 ఘనపతాకల శతాంగములు హత్తి
వెదురుపొదల్ నేర్పువిధమునఁ గనిపించు
 గడలపోఁజులు సమగ్రముగఁ గూడి
తే. యుక్కుపొడిరాల రోషంబు పిక్కటిల్ల
నొకరొకరిఁ గేకవెట్టు నత్యుగ్రసింహ
రవములు సెలంగ సైనిక ప్రభులు దార
సిలి రుదారశిలీముఖార్చులు నటింప. 152

ఉ. ఎత్తినయాయుధంబులవి యెన్నియు యన్నిటి నన్నితూపులన్
దుత్తునియల్గఁ జేసి మఱి తోడనె పూనఁగఁ జేతు లాడ నీఁ
డ త్తరుణీరథాశ్వములయండను రావిడఁ దంప తున్కయే
న త్తరి నాతఁ డేమనఁగ నాశరలాఘవసావధానతల్. 153

మ. రకపుంజెయ్యిలఁ దా వినోదముగ సారథ్యంబు గావించుక
న్యకపైఁ బెట్టినచూపె కాని యిటు నేనన్ జూచుటా లేదు

సాయకపంక్తుల్ నడుచుఁ సహస్రములు గా నయ్యారె
విప్వచ్చు చేతికిఁ గన్నుల్ గల వంచు నెంచి రప్పు డెంతే
వీరయోధాగ్రణుల్. 154

ఉ. శూరకులంబు సర్వ మొకజో కయి వచ్చి యెదిర్చె నేని నే
నీరమణీశిరోమణి గ్రహింపక పో నని గట్టిగా నహం
కారము మీఱఁ గంకణము గట్టుక యుండెడు నిప్పు డర్జునుం
డౌర రణంబు పెండ్లికొడు కంచు నుతించిరి వీరపుంగవుల్.

ఉ. అమ్మెయి వాజివారణభటావళిఁ గప్పినతూపు లేమనక్
దెమ్మెలుగా దటాకములనిండుశరమ్ములఁ బుష్పవాటులం
గ్రమ్ముశిలీముఖంబుల ధగద్ధగితోన్నతసౌధగోపురా
గ్రమ్ములయందు వ్రాలెడుఖగమ్ముల నెన్నిన నెన్న శక్యమే.

క. అలుఁగులపోకడలును మై
యలయికలును మీఁదుమిక్కి లై కడు లోనై
బలములు దమతమబాహా
బలములు నటఁ బనికి రాక భయవిహ్వలు లై. 157

ఆ. ఒక్కమొగముగాక నుఱికిరి సైనికుల్
దిక్కుమొగము లగుచుఁ జిక్కుభటులు
మ్రొక్కి రీటియలు దటుక్కునఁ బడవైచి
యక్కిరీటియెదుట నాఁగఁ గలరె. 158

వ. ఇత్తెఱంగున జయాంగనాసంగమంబునం బొసంగియుఁ జెక్కు
చెమర్పక యక్కురువీరుండు సారథ్యనిపుణత్వంబునకు
మెచ్చి యుచ్చిగురుఁబోడి నవారితప్రేమాతిశయంబునం
గౌఁగిలించి యొక్కించుక రేక మోవనినాయురగస్థలంబున
నీకుచకుంకుమరేఖ లంటించి మీవారికి సూడు దీర్చితి వని
నవ్వుచు, నవ్వలం గొంతదవ్వరుగుచున్న ప్రచ్ఛన్న వేషం

బునఁ దనరాక కెదురుచూచుచున్న విశారదప్రముఖాప్తపరి
వారంబుల గారవించి మురారిప్రేరితదాశార్హానివేదితార్హ
మార్గంబున మహారణ్యంబులును గిరివరేణ్యంబులును నదీ
నదంబులును జనపదంబులుం గడచి స్వదేశంబు గాంచి
యుల్లాసంబున నందంద విశ్రమించుచుఁ జనం జనఁ జారుల
వలనం దెలిసి యగ్రజానుశాసనంబున నానాసేనాసమన్వితులై
మాద్రీసుతు లెదుర్కొని యుపాయనానతులు సమర్పింప
నుపగూహనబహూకృతు లొనర్చి దశదిశాదుస్సహనిస్సాణ
ప్రముఖనిస్వనంబులు బోరుకలంగ నలంకృతనిస్తులస్తంబేర
మారూఢుండై గగనోల్లేఖితోరణధ్వజోల్లోచప్రాంచత్సి
చయప్రచయప్రచలత్ప్రిచలాకిచిత్రచ్ఛవివ్యాప్తహేమచ్ఛ
విఫలగుళుచ్ఛవిరాజద్రాజరంభాస్తంభవిజృంభితప్రతిమంది
రంబును, విలోకితబిబ్బోకవతీవ్యాకోచలోచనప్రాచుర్య
విభ్రాజమానతనూజోత్సవదిదృక్షా గృహీతానేకవిగ్రహ
సహస్రాంబకవిడంబిభర్మహర్మ్యనికరంబును, నీరాజనలాజా
క్షతకుసుమకిసలయవ్యాకీర్ణకిలశ గ్రహాయాళుమహీలేఖ
మహిళాభూయిష్ఠద్రాఘిష్ఠవేదికాంతరంబును నగునింద్ర
ప్రస్థపురంబును, సకలజనరంజనకుశలవిశాలకటాక్షకృపారసా
వేశంబునఁ బ్రవేశించి మున్ను సుభద్రముహూర్తంబున
సుభద్రాభద్రభద్రేభయానం జతురంతయానంబున శుద్ధాం
తంబున కనిపి ధౌమ్యాదుల కభివందనంబుఁగావించి యాశీ
ర్వాదంబులు గైకొని నిజాగమనసంతోషరసోన్మేషభూషిత
సుప్రసన్నాననబిసప్రసూనుండును, రత్నసింహాసనాసీనుండును
నగు ధర్మసూనునకు సాష్టాంగం బెరఁగి, భీమసేనునకు నమస్క-

రించి యంతఃపురికిం జని కుంతీదేవికి వందనం బాచరించి
ద్రుపదనందన నుపచరించి యిష్టాలాపంబుల సుఖంబుండె.

ఉ. అంతట ద్వారకాపురమునందు సభాపరిపాలుఁ డర్జునో
దంతము యాదవుల్ దెలియునట్లు హజారమునందు భేరి య
త్యంతరుషాకషాయితహృదంతురుఁ డై చఱపించె మించె ది
గ్దంతిఘటాశ్రవఃపుటభిదాచణభీషణభూరిభాంకృతుల్. 160

క. ఆనాదము విని హలి మొద
లై నయదూద్వహులు పురికి నరుదెంచి సభా
సీను లయి నరునికపటవి
ధానము మఱి మఱియు నడిగి తప్తాశయు లై. 161

తే. యతి ననుచు వేషభాషల నటమటించి
పొంచి తఱి వేచి కన్నియఁ గొంచు నరిగె
దొరకుసన్న్యాస మనుమాట తిరము గాఁగ
నర్జునుం డద్దిరా యెంతదుర్జనుండు. 162

శా. ఏతన్మాత్రమె కార్యభార మని పై యెత్తెన్న కే నేఁడు ని
ర్భీతిన్ బాలికఁ గొంచుఁ బోవ నుచితంబే కండగర్వంబు దు
ర్నీతుల్ యాదవవీరసింహములతో నే నా బలారా బలా
రాతిప్రోద్భవుఁ డెంత సేసె నివి తీరా వీరరాణ్మౌళికిన్. 163

ఉ. వంచన సేసి యిట్లు చెలువం గొనిపోవఁ బ్రలంబవైరి సై
రించునె దుర్మదాధిపవరేణ్యులభూములు దున్ని ధూళి గా
వించఁడె పిండిపిండిగఁ బ్రవీరవిరోధికిరీటరత్నము
ల్దంచఁడె ఘోరసీరముసలంబులు వ్యర్థములే ధరించుటల్.

క. అని కాళిందీభేదనుఁ
డనువాక్య మొకింత విన్న యంతనె మేఘ

ధ్వనిఁ గెరలెడుమదకేసరు
లన యోధాగ్రేసరులు మహామత్సరులై. 165

ఉ. యాదవవార్ధి వెల్లివిరియన్ మఱి యాఁగెడుపాటివీరుఁ డి
క్ష్మేదిని నెవ్వఁ డిందులకు మీరలు గావలె నేమె చాలమే
పోదుమె కట్టి తెత్తుమె బుభుప్రభునందనుఁ డెంత వానితం
డ్రే దురమం దెదిర్చినను రేకు మడంతును మాటలేటికిన్.

తే. అని యుదగ్రహాలగ్రహవ్యగ్రుఁ డైన
యన్నమాటలు సభవార లన్నమాట
లేమి చవిగామియును దాల్మి యోమి భక్త
జనకుశలకామి యలయదుస్వామి కనియె. 167

క. యదురాజకులశిరోమణి
యెదురా మీ కోకరుఁ డుచిత మెఱిఁగియుఁ బరు లెం
చ దురాప కోప మానుట
చదురా తెగరానిచోట సైరణ తగదే. 168

క. ద్రోణాచార్యులశిష్యుఁడు
బాణాసననిపుణుఁ డరినృపాలకమకుటీ
శాణాగ్రతేజతోగ్రకృ
పాణాంచద్భుజుఁ డతండు ప్రభుమాత్రుండే. 169

ఉ. ఆపురమర్దనుండయిన నాతని నడ్డము దాఁకి నిల్వఁగా [నక్
నోపఁడు మత్స్యయంత్రము మహోద్ధతి నేసి స్వయంవరంబు
ద్రౌపదిఁ గైకొనం జెనకురాజకుమారులపా టెఱుంగమే
మాఁపులు మూఁడగున్ రిపుచమూఁపులఁ గన్నపుడే కిరీటికిన్.

ఉ. మేలిమి లేదు గాన ననుమానము నామదిఁ దోఁచె నప్పుడే
బాలిక సేవ సేయఁ బనుపన్ వలదంటిని గాదె దానికే

మీలువు కల్గు మేనమఱఁ దింతయె యాతఁడు నైన నైనదే
లోలత నింక నాగవలిలోపల నిష్ఠుర మేల పల్కఁగన్. 171

ఉ. క్రీడిసమాను లెంచఁ గలరే యిల ఱేడులలోనఁ దూలఁబో
నాడఁడు వైరినైన విడనాడఁడు నెయ్యము కోపగించియుం
జూడఁ గలట్టివాఁడు సరసుండు సుభద్రకు హర్షవార్ధిలో
నాడఁగ నంతకంటె నను వైనవరుం డిఁక నెవ్వఁ డవ్వలన్.

ఉ. నమ్మినవారు పాండునృపనందను లందఱిలోనఁ బెద్దగా
మిమ్మె గణించు ధర్మజుఁడు మీరటకున్ విజయంబు సేయ వే
గమ్మెదు రేఁగుదెంచి కడుఁ గన్నులఁ గప్పుకొనుం బదుండనం
దమ్మునిమాట యన్న జవదాఁటనియన్న ససంభ్రమంబుగన్.

మ. గజకంఖాణశతాంగపత్తిబలవర్గంబుల్ సమగ్రంబులై [యా
భజియింపం బితృపుత్త్రపౌత్త్రసుహృదాప్తశ్రేణిఁ గూడంబ్రి
నుజుఁడుం దాను సమస్తవస్తుధనసందోహంబుతో వచ్చె స
ర్వజనానందకరంబు గాఁగ నటు లింద్రప్రస్థమున్ జేరఁగాన్.

ఉ. అంతకు మున్నె కృష్ణుఁడు హలాయుధుఁ దోడ్కొని వచ్చు
చున్న వృత్తాంత మెఱింగి తీవి మెఱయన్ నగరిం గయి
సేయఁ బంచి యత్యంతవినీతి ధర్మజుఁడు దమ్ములుఁ దా నెదు
రేఁగి రేవతీకాంతునకుం బ్రణామములు గాన్కలు సేసి
యథాక్రమంబునన్. 175

మ. చెలువం దెచ్చుచు నుండి యీసున శునాసీరాత్మజుం డమ్మహా
బలముం జేరఁగఁబోరు మేదురదురాపక్రోధముం బాసి లో
నలరం గౌఁగిటఁ జేర్చె శంభుజభుజాహంకారరేఖానిర [చున్.
ర్గళమార్గప్రబహుం బ్రలంబహు బహుంకారంబుగాఁ బల్కు

ఉ. బావయటంచు వావి నడుమన్ భయభక్తుల మ్రొక్కవచ్చున
ద్దేవకిపట్టి ధర్మజుఁ డతిత్వరితమ్ముగఁ గ్రుచ్చి యెత్తి త

ద్భావ మెదం గుదుర్పడఁగఁ దార్చినభంగిఁ గవుంగిలించిమా
కీవ గదయ్య సర్వశుభ హేతువు నిచ్చలు నంచు నెంచుచున్.

తే. కెడల బలరామకృష్ణులు నడుమఁ దాను
భద్రదంతావళము నెక్కి పాండవేయ
ముఖ్యుఁ డతిరాజసంబున మువ్వేలుంగు
షోలికఁ బోసంగ వచ్చెను బ్రోలి కపుడు 178

ఉ. అంతిపురంబులో నరిగి యన్నకు వందన మాచరించునా
కుంతికి మ్రొక్కి భక్తిఁ దమకుం బ్రణమిల్లినద్రౌపదీసతిక్
స్వాంతము రంజిలం బలికి శ్యామహరిత్ పరిధాను లొప్పిరం
తంతకు నిష్టబాంధవసమాగమసౌఖ్యమునం జెలంగుచున్.

క. దొరవెట్టినహరు వెట్టిదొ
యరు దాహో విడుదు లున్న హావణికలులుపా
పరిధవము నింద్రభోగమె
దొరకెను దమకనివారు తుది లే రాకరున్. 180

క. వీయమువారికి నిట్లు ద
వీయముగా నుండి వచ్చి విపులశ్రమముల్
దీయ ముదం బొనరిచి కడుఁ
దీయము కనిపింపఁగా యుధిష్ఠిరుఁ డనియెన్. 181

క. చనువున బలిమిం గన్నియఁ
గొని వచ్చి వివాహ మాటకు స్వతంత్రులఁ గా
నొనరించినార మము ని
ట్లనుకూలత గల్గుబంధు లవనిం గలరే. 182

తే. ఆదినారాయణుం డీమురాసురారి
యురగకులభూషణుండ వీ వరసిచూడ

నిట్టిమీబాంధవము గల్గ నెట్టితపము
సేసినార మొకో మేము సీరపాణి. 183

చ. అని ప్రియభాషణంబుల మనోబ్జము రంజిలఁ జేయ సంభ్రమం
బున హలి సర్వసన్నహనముం దగ ని ట్లెదు రేఁగి పెండ్లి సే
సినదొర యెందు లేఁ డనఁగఁ జెల్లెలి ముద్దుమఱందిఁ గోరికల్
పెనఁగొనఁ బెండ్లికూఁతుఁగనుఁ బెండ్లికుమారుఁగఁ జేసి వేడు
కన్. 184

సీ. సకలవాద్యములు బోరు కలంగ నెడ మీక
నలుఁగులు నులుపాలు నడుచుచుండ
నిఖలబాంధవరాజనికరంబు మేలైన
యుడుగరల్ గొని వచ్చి పొడగనంగ
నాశ్రితవిద్వత్కవిశ్రేణులు యథేష్ట
సంభావనలఁ జాల సంభ్రమింప
విందులఁ గర్పూరవీటికాంబరవసం
తముల నెల్లజనంబు తనివి నొందఁ

తే. బ్రియము వినయంబు దాల్మి యోపికయు గల్గి
యచ్యుతాగ్రజభీమసేనాగ్రజన్ము
లెంతటిమహాత్ములని జగం బెంచఁ జేసి
రుచితగతి నొప్ప వైవాహికోత్సవంబు. 185

ఉ. అంతట నైదునాళ్లను మహామహిమం దగి దంపతుల్ గృహా
భ్యంతరదేవతార్చనతు లై తన కర్మిలి మ్రొక్క రుక్మిణీ
కాంతుఁడు వల్కె లేనగవు గ్రమ్మఁగ మీరిటు లెల్లకాలముఁ
మింతురు గాక శోభనము మీఁద నె శోభనమై ముదంబునన్.

క. అని దీవించిన లోలో
ననె ముసిముసినవ్వు లొలయ నమ్రాననులై

తనరిరి వా రామాటకు
పునరభివాదనము సేయుపోల్కి జనింపన్. 187

చ. తొలఁకెడుప్రేమ బందుగులతో మణిపాత్రిక లందునప్పుడు
జ్వలదమృతాన్నముల్ కొలముసామికి నప్పనగాఁగ బందు వె
న్నెలబయలన్ భుజించి నెఱినీ టొసఁగన్ సగపాలుగంబురా
గులికినకమ్మవీడె మొకకోమలి యీఁగొని క్రీడివేడుకన్. 188

ఉ. చందురురాతిబాగడపుజంటబవంతివెడందయంకణం
పుందగులూని పార్శ్వమునఁ బొల్పగుపల్వగకెంపుటంచుటా
కుం దెలిగుండుకంబములక్రొంజిగిబోదెల నందగించి పై
సందులఁ బంచవర్ణమణిజాలకముల్ రహిఁ జూప లోపలన్.

ఉ. బంగరుమేలికంబములఁ బొటిలువాటపుమధ్యరంగమున్
జెంగట జీవరత్నములచెక్కడపుంబని మించుసెజ్జయి
ల్లుంగల వజ్రపుంబలుక లోవ పొసంగిన నొప్పుచప్పర
మ్ముం గలభావచిత్రనవమోహనకేళిగృహాంతరంబునన్. 190

చ కెలఁకుల వజ్రముల్ నడుమఁ గెంపులు మూలల ముత్తెముల్
పర,స్థలములఁ బచ్చలుందనరి జాతి దగం బనిహార్వునందమున్
వెలయఁగఁ దేరి చూడఁగడు వింతయుఁ గోటికిఁ గోటిదైనను
న్విలువ యొనర్పరానియొకనిద్దపుమంచముపై వసింపఁగన్.

ఉ. గోవజవాదికస్తురియుఁ గుంకుమ గందము పైఁడిదిన్నెలన్
దావి బుగుల్కొనం గెలకఁ దార్చిరి పంజరకీరశారికల్
దేవ పరాకు సామి యని తెల్పఁగ రత్నపుఁగీలుబొమ్మలే
కావలెఁ గొందఱందు నుడిగంపుటొయారపుముద్దుజవ్వనుల్.

క. అందలికొందలిరుంబోం
డ్లందలికందళితశుకముఖాలాపరసం

బందలిమందలిమంబులు
నందలిబొందళిఁది తెరలు నవలం గలవే. 193

ఉ. చక్కఁదనంబులెల్ల నొక చక్కనె దొంతరగాఁగ నిల్చెనో
యెక్కడఁ జూడఁ జూడ్కికదియే విడిపట్టగుఁ జూడఁ జూడఁ
గా, మిక్కిలి వింతయై మెఱయు మెచ్చులకున్నెల వీదొకింత
యు,మ్మక్క నుతింపఁగాఁ దరమె యాపడకింటివిలాససంపదల్.

తే. ఉండె నరపతి యందు మే నుబ్బుచుండ
నఖిలసామ్రాజ్య మేలినయంత వేడ్క
రమ్య మగునిల్లు మేలైనరాజముఖియుఁ
గల్గె నఁట యంతకన్న భాగ్యంబు గలదె 195

క. అంతటఁ బ్రౌఢసఖీతతి
కాంతామణిఁ గాంతుకడకుఁ గదియించుటకై
వింతగ మోమునఁ జిఱునగ
వింత గనంబడఁగ ముదితహృదయాంబుజలై. 196

సీ. జడకుచ్చుఁ గై సేయుముడువు చేడియ విరుల్
వేనలి పట్టిన వీడకుండఁ
జేర్చుక్క సతి యింద తీర్చుము తిలకంబు
కస్తూరి చెమటచేఁ గరఁగకుండఁ
గొనుజంటరవికఁ గుంకుమగంధ మలఁదుమో
చెలి యెంత యొరసినఁ జిటులకుండ
మొలనూ లిడిగొ బోటిచలువ పొందుగఁ గట్టు
సయ్యాటలనె నీవి సడలకుండ
తే. తరుణి కివియిచ్చుఁగద మెచ్చు తప్ప దనుచు
నేరుపరు లైనవారిఁగా మేఱుపఱుపఁ

గాంతనవసంగమార్హాశృంగారవిభవ
లీల నలరించి రాజవరాలి నపుడు. 197

క. తడ వేటికి లేజవ్వని
విడె మీవలెఁ బతికి మంచివేళ సుమీ యి
ప్పుడు రాకన్నియ వల్లభు
కడఁ బెనఁగుదు గాక పెనఁగఁ గా నిటఁ దగునే. 198

సీ. ప్రియముతో రమ్మని పిలిచినఁ జేరఁ బో
యెదవు గా కూరకుండెదవు సుమ్ము
చెంతఁ గూర్చుండంగ చేఁ జూపఁ గూరుచుం
డెదవు గా కూరకుండెదవు సుమ్ము
విడెము చేతి కొసంగ వినయంబుతోడ నం
దెదవు గా కూరకుండెదవు సుమ్ము
మధురోక్తి వినఁ గోరి మాటాడ మాఱువ
ల్కెదవు గా కూరకుండెదవు సుమ్ము
తే. కాక విభుఁ డైనఁ గొంత సిగ్గరితనంబు
గడలుకొని యున్నఁ గ్రక్కునఁ గడకురాక
చక్కఁగ నొకింత సేపటు సమ్ముఖమున
నిలువుమీ రత్నపాంచాలిచెలువు మీఱి. 199

క. అనవలసి యంటి మింతే
నినుఁ జూచిన నింద్రతనయునికి నింద్రతనూ
జునిఁ జూచిన నీకును మఱి
మన సూరక యున్నె పూర్ణిమాచంద్రముఖీ. 200

సీ. చిలుక నీచేఁ గాక చెలిచేత నుండ దే
నిమిరి యిప్పుడె మాట నేర్పవలెనె

యెదుటఁ గౌసెన వేయ కిడినారు దెమ్మని
వీణ యిప్పుడె మేళవింపవలెనె
పటముగానుకఁ దెచ్చిపట్టిన నిప్పుడే
చిత్తరువ్వనకు హార్వ్వ చెప్పవలెనె
మంచిమాటలు దోఁచె నంచును బలకలో
నిప్పుడె కవిత వ్రాయింపవలెనె
తే. గంట సెప్పి సవారిఁ గ్రేఁగంట గనెదు
లెండు పోద మటన్న నటుండు మనెదు
వడిగ రావమ్మ కంచియే పడుకటిల్లు
కన్నియలఁ గంటి మిటు లెందుఁ గానమమ్మ. 201

ఉ. ఎక్కడ నైన వేడుక మెయిఁగా శుభవేళలఁ బాను పెక్కుచో
నొక్కిసుమంత సిగ్గు వడు చుండెడు లేజవరాండ్రు లేరో యో
యక్క యిదేమి యింత గలదా మఱి రేపిటువంటివారె పో
దక్కఁ బెనంగువారలు సదా మగనిం బిగికౌఁగిలింతలన్

క. ఏకతమునఁ జెప్పుదుమో
కా కందఱు వినెడునట్లు గాఁ జెప్పుదుమో
మా కొక్కటి దోఁచినయది
నీ కెక్కడఁ గోప మగునో నీరేజముఖి. 203

ఉ. కేవలభక్తితో నచటఁ గేలివనంబున నీవు సారెకు
న్సేవ లొనర్చుచోఁ గలుగునే కత యేకత నిందు వచ్చుచోఁ
ద్రోవల నిల్తురే కత వధూవరు లిద్దఱు నొక్కటైనచో
నేవగఁ బాఱునో మనసు లెవ్వ రెఱుంగుదు రమ్మ జవ్వనీ.

ఉ. వేగిరకాఁడు మన్మథుఁడు వెన్కను ముందును జూడఁ డంత
కుఁగా, వేగిరకాఁడు నీవిభుఁడు వీరిఁ గటాక్షములందె యేలఁ

జా, ల్వేగిరకత్తె వీవుచితలీలఁ దలంతువా వేళ యెంతువో
యీగరువంపుసిగ్గు లవు డెక్కడనుండు సరోజలోచనా. 205

. కన్నెఱఁ జేసి చూచిన మొగ మ్మిటు ద్రిప్పినఁ జే విదిర్చినం
గన్నుబొమల్ ముడించినను గా దన మందుల కేమి మున్న
మీ, రున్న తెఱంగు నంగకము లున్న తెఱంగుఁ దలంచి
చూచినం, గన్నియ మాకు నమ్మికలు గావు సుమీ పదిలత్వ
లేనియున్. 206

తే. ఆయెఁ గా కుండె మంచిదే యందు కేమి
కొంతసే పిటు నవ్వితి మింతె మేము
చాలు నీక నైన జాగేల సరసములనె
ప్రొద్దు వోయెడుఁ బదవమ్మ ముద్దుగుమ్మ. 207

చ. అని కయిదండ యొక్కమృదుహల్లకపాణి యొసంగ నొక్క
మ్మో, హాననవమౌక్తికోపమనఖాంకుర పాపట చక్కదువ్వ శో
భనశకునమ్ము లొక్కకలభాషిణి ముందరఁ దెల్ప మందగా
మిని యను పెల్ల నప్పుడినుమిక్కిలిగాఁ దనయందు నిల్వఁగన్.

మ. తాలిమిఁ గ్రుంగఁ ద్రొక్కి మదిఁ దత్తరమున్ దమియున్
భయంబు హే, శాళము గాఁగ మైఁ జెమట గ్రమ్మఁగఁ
గొంకుచు మెల్ల మెల్ల నే, బాలిక యేఁగుదెంచె విభుపాలికిఁ
బ్రాణసఖు ల్దెమల్పఁగా, యేలిక మ్రోలనున్ మనవి కేఁగెడు
నయ్యభిమానిపోలికన్. 209

ఉ. చంచలనేత్ర రాఁ గలుగుసంభ్రమ మేమనవచ్చు వాసనల్
ముంచుకొనెన్ సమస్తగృహముల్ మిఱుమిట్లులు గొంచు నల్గ
డల్, ముంచుకొనెం దనూరుచులు ముంగిటి కించుక రాక
తొల్తనే, ముంచుకొనెన్ నృపాలునకు మోహముఁ
గోర్కులు నెమ్మనంబునన్. 210

తే. మఱుఁగఁ గోరెడుకన్నియ తెఱఁగుఁ జూచి
చూడఁ గోరెడియువరాజుజాడఁ జూచి
వలఁతు లయినట్టియాకూర్మి పొలఁతు లపుడు
కూర్చి సమకూర్చి యిరువురఁ గూర్మి యనిరి. 211

తే. తేర దా నెట్లు గడపెనో తెలియరాదు
తేర గదలించునట్లు దో తేరవలనెఁ
గన్నె యిందాఁక నే మెఱుంగదుసుమయ్య
తేరుగడ కాఁగ మెల్లనె దిద్దుకొనుము. 212

క. పాటలబింబాధర కసి
గాటుల కోప దని పలువగలు దెలుపంగా
నేటికి నెఱింగి నడుపుము
మీటిన విచ్చుచనుదోయి మీచేతి డిఁకన్. 213

తే. మీర లెఱుఁగంగ వలయు శృంగార మెల్ల
యువతితిలకంబుకంటె నోనవమనోజ
విభుఁడు మది మెచ్చి కర్పూరవీటి యొసఁగ
ముద్దుమొగ మెత్తరాదె యోమోహనాంగి. 214

క. వలరాజు గొల్చునంతటి
చెలువుఁడు నినుఁ గూడఁ గలిగెఁ జెప్పెడిదేమీ
కలఁ డిఁక నీపాలింటన్
జెలియా యలచందమామ జేజే యెపుడున్. 215

క. రావక్క వక్కలాకులు
గోవక్క శుభోత్తరముగ గొబ్బున విభుచే
నీవక్క సేవ సేయుము
నీ వక్కఱ కలిగి రమణునికిఁ జిత్తము రాన్. 216

తే. అనుచుఁ గప్పురబాగాలు నాకుమడుపు
లచ్చకోరాక్షిచేతి కందిచ్చి మిగుల
నంతికము సేర్చి చేపట్టుమయ్య కోర్కు
లొదవఁ గాఁ జేయు నాసామి యువతిశయము. 217

క. అని కన్నియ హస్తాబ్జముఁ
దనశ్రీహస్తమునఁ జేర్పఁ దాత్పర్యమునన్
గొని యామాటలచతురత
మనమున మెచ్చుకొనురసికమణి వేమాఋున్. 218

చ. కలయఁగ మంచిలగ్న మిది గట్టిగ నేగడె లెన్నియయ్యెనో
తెలిసెద నంచు నోర్తుఁ జనుదేర నదేమని యోర్తు నెచ్చెలిం
బిలిచెద నంచు నోర్తు నొకపేరిడి వారిటు లేఁగి రంద ఱ
చ్చెలియలవెంటనే సగము సిగ్గరిగాన్ దరుణీలలామకున్. 219

ఉ. పంచశిలీముఖంబులును బచ్చనివిల్లును బూని యెక్కుసం
ధించుచు నిర్భరం బెనఁచి నెమ్మిఁ గరంచుకడంకఁ జూడుమీ
యంచు గవాక్షసీమ నపు డాయెలతెమ్మెరఁ గూడి వేడుకన్
బొంచులు సూడఁ గాఁ దొణఁగె బో మకరాంకుఁడు గాన
కుండఁగన్. 220

తే. పతియు సతికేలుపట్టినపట్టు విడక
పెడమఱల వామకరమునఁ బిరుదుఁ జుట్టి
పట్టి రా నీడ్చి కూర్చుండఁ బెట్టినపుడు
తొడ తొడయుఁ దాఁకఁ దమిసిగ్గు గడకు నూక. 221

సీ. నెఱికొప్పుఁ గొనగోర నిమిరినయంతనే
తళుకులేముద్దుఁజెక్కిలి చెమర్చెఁ
దళుకులేముద్దుఁజెక్కిలి నొక్కినంతనే
వలిగుబ్బచనుఁగవ పులకరించె

వలిగుబ్బచనుఁగవ నలమినయంత నే
నతనాభినీవిబంధంబు ప్రిదిలె
నతనాభినీవిబంధము నంటునంత నే
తను వెల్లఁ బరవశత్వంబు నొందె
తే. నవలఁ జెప్పెడి దేమి యానవరసికుఁడు
తావిచెంగావిచక్కెరమోవి గ్రోలి
కుసుమశరుకేళి నేమేమిగుఱుతు లిడెనొ
బాల యెఱుఁగదు సౌఖ్యాబ్ధిఁదేలి యపుడు. 222
క. గాఢాలింగనవిముఖము
రూఢాంగస్వేదభరము రుంద్రవ్రీడా
గూఢాపాంగము నగుచు న
వోఢాసంగమము వేడు కొసఁగెం బతికిన్. 223
సీ. వీడుకొప్పునసాము విరిదండ దెలిఁ గ్రమ్మఁ
గమ్మకస్తురిబొట్టు చెమ్మగిల్లఁ
దనువున మేల్పూఁత తావిమాత్రమె చిక్కఁ
జిక్క చన్గవసరుల్ చిక్కువడఁగ
నొసలిపై ముంగురుల్ ముసరి ముద్దునటింపఁ
జూ పంతకంతకు సొలపుఁ జూపఁ
జిన్నారిచెక్కులు చెమటఁ జిత్తడి నొంద
నందంద యూర్పులు సందడింప
తే. నపుడు సమ్మతి పతివేడ ననఁగి పెనఁగి
లోను గాకుండియు మృగీవిలోలనయన
యతని నానందవార్ధి నోలార్చె నౌర
కలయికలఁ గల్గుహావపులకలిమివలన. 224

తే. నొక్కి పలుమొన బలుమొన నొక్క నేర్పె
నంటి గోరులచేఁ గళలంట నేర్పెఁ
జొక్కి బిగిఁగౌఁగిలింతలఁ జొక్క నేర్పెఁ
జెలువుఁడు నవోఢఁ బ్రౌఢఁగాఁ జేయునపుడు. 225

సీ. జిలిబిలివలినాలి మొలకతెమ్మెరలు గ
మ్మనిమేనితావుల ననుసరింప
నలరుఁదేనియ లాని యలరుతుమ్మెదదిమ్ము
జంటచూపులవెనువెంటఁ దిరుగఁ
జిగురాకుమేఁతలఁ బొగరొందుకోయిలల్
పాటల నీటు వెంబడి వెలుంగఁ
గుల్కుఁ బల్కులముద్దుగుల్కు చిల్కల నేర్పు
పలుకులబెళుకులపజ్జ నిలువ

తే. సతియుఁ బతియును నారామతతుల నతుల
రతులఁ బెనఁగిరి చతురత లతిశయిల్లఁ
దొలుతఁ దము నేఁచువారలె కొలిచి యుండ
వేడ్కకన్నను మఱి వేఱె వేడ్క గలదె. 226

క. నెల మసలె నంతఁ గాంతకు
నెలకొనె వేవిళ్లు పెల్లు నిద్దపుమేనం
దళతళ మని మెయిపూఁతల
తళతళఁ దళుకొత్తఁ గ్రొత్తధవళిమ దోఁచెన్. 227

సీ. కలదు లేదో యనుకొను గానఁగ నయ్యె
తెప్పల నలసత గప్పుకొనియెఁ
గులుకుఁ జన్గుబ్బలు వలుదలై మెఱుఁగెక్కె
నూఁగారుపైఁ గప్పు నూలుకొనియెఁ